ஒரு மரம் பூத்தது

AF519209

கலைஞர் மு. கருணாநிதி

Title: Oru Maram Pooththadhu

Author: M. Karunanidhi

Language: Tamil

First Published on: 1979

Year of Publication: 2025

Book Format: Paperback

*Page Size: 6inch * 9inch*

Category: Fiction

Subject: Novel

No. of pages: 123

ISBN: 978-81-984140-1-4

Published by: Nilan Publishers, Madurai, Tamilnadu, India

பொருளடக்கம்

சிறுகதை உலகில் புரட்சி ஏற்படுத்திய **ஓ ஹென்றி** தீட்டிய "கடைசி இலை" என்ற சிறுகதையை மைய மாக வைத்து இந்தக் கதையை எழுதுகிறேன்.

மு. கருணாநிதி

ஒரு மரம் பூத்தது

அந்த ஆரம்பப் பள்ளியின் மைதானத்தில் நின்றிருந்த வேப்ப மரத்தில் தொங்கிக் கொண்டிருந்த மணி 'டாண்... டாண் என்று அடித்து ஓய்கிறது.

வகுப்பறைகளுக்குள் இருந்த வருங்கால மன்னர் களுக்கு அந்த ஒவ்வொரு மணியோசையும் 'விடுதலை விடுதலை' என்று ஒலிப்பது போல் இருக்கிறது.

அனைத்து வகுப்பறைகளிலிருந்தும் சிறார்கள் ஆவலுடன் வெளியேறி மூட்டையிலிருந்த நெல்லிக்காய் சிதறுவதைப் போல நாலா திசைகளிலும் விரைகின்றனர்.

மூன்றாம் வகுப்பு அறையிலிருந்து வெளியேறிய பாபு ஏனோ வழக்கத்துக்கு மாறாக மெதுவாக நடந்தான். தன்னுடன் வரும் நண்பர்களிடம் கூட அவன் கலகலப்பாகப் பேசாமல் தரையைப் பார்த்தவாறே சோர்வாக நடந்தான்!

தூரத்தில் வரும் தனது அன்பு மகனை வீட்டி லிருந்தே கவனித்தாள் தேவகி. வீட்டை நெருங்க நெருங்க அவனது நடையில் வேகம் அதிகரித்தது!

வீட்டு வாசலுக்குள் அவன் நுழையும் வரை பொறுக்க முடியாத தேவகி, வெளியே தாழ்வாரத்துக்கு வந்து அவனை அன்புடன் அணைத்து வரவேற்றாள்!

அவனது கன்னத்தில் தன் இதழ்களை பதித்து 'இச்' என்று ஒரு அன்பு முத்தத்தை அளித்த போது - அவள் திடுக்கிட்டாள்!

"என்ன பாபு:.. உடம்பு காயுது?' என்றபடி அவனது சட்டைக்குள் கையைவிட்டு நெஞ்சையும் நெற்றியையும் தொட்டுப் பார்த்தாள்.

பாபுவுக்கு காய்ச்சல் அடிக்கிறது என்பதை உணர்ந்த அவள், பர பரவென்று அவனை அழைத்துச் சென்று காபி கொடுத்துவிட்டு, கட்டிலில் படுக்க வைத்தாள்.

படுத்திரு கண்ணா... இதோ வர்றேன்!" என்று கூறியபடி, அவனது பதிலுக்குக் காத்திராமல் விர்ரென்று வெளியேறினாள் டாக்டரின் வீட்டை நோக்கி!

இருபத்தாறு வயதான தேவகி ஒரு இளம் விதவை! கல்லூரியில் படிக்கும்போது, அங்கிருந்த இலக்கிய விரும்பிகள் கூட்டத்தில் அவள் ஒரு தலைவி. அதே கூட்டத்தில் இருந்தவன் திவாகர் அவனது இலக்கியச் சொற் பொழிவுகளினால் கவரப்பட்ட தேவகி - நாளடைவில் அவனது காதலியானாள்!

சாதிவேற்றுமை எனும் தடைச்சுவர், தனது தரப்பில் கிளம்பியபோது அதைத் தகர்த்தெறிந்து திவாகரைத் திருமணம் செய்து கொண்டாள்! இதன் காரணமாக தனது சொந்தங்களையும், பந்தங்களையும் அறுத்துக் கொள்ள வேண்டிய கட்டாயம் அவளுக்கு ஏற்பட்டது! அப்போதுகூட அவள் கவலைப்படவில்லை.

அரசாங்கத்தில் உயர் அதிகாரி அந்தஸ்தில் உத்தியோகம் பார்த்த அவளது கணவன் திவாகர், ஒரு நாள் கார் விபத்தில் பலியானான். நான்கு வயதில் பாபுவையும், அவளையும் அனாதை யாக்கி விட்டு அவன் மறைந்த போது-
எல்லா மகிழ்ச்சியுமே அவளிடமிருந்து விடைபெற்றுக் கொண்டன. கணவன் கட்டிவைத்த இந்த வீடும், அவன் சேர்த்து வைத்திருந்த சில ஆயிரங்கள் பணமும், அவன் இறந்த போது அரசாங்கம் தந்த சில ஆயிரங்களும், மகன் பாபுவும் தான் அவளுக்கு மிச்சம்.
வீட்டின் கீழ்ப்பகுதியை இரண்டாகப் பிரித்து. ஒரு பகுதியை ஓவியக் கூடத்துக்கும், மறு பகுதியை ஒரு போட்டோ

ஸ்டுடியோவுக்கும் வாடகைக்கு விட்டிருந்தாள். அந்த வாடகைப் பணத்தைக் கொண்டும், வங்கியில் போடப் பட்ட பணத்திற்கு வரும் வட்டியைக் கொண்டும் வாழ்க்கைச் சக்கரத்தை உருட்டிக்கொண்டிருந்தாள்.

பிரிந்துவிட்ட கணவனின் நினைவு வரும்போதெல்லாம், பிள்ளையின் முகத்தைப் பார்த்து மனதைத் தேற்றிக் கொள்வாள். சளி பிடித்து பாபுவுக்கு மூக்கில் நீர் வந்தால், இவளுக்குக் கண்ணில் நீர் கொட்டிவிடும். அவனுக்குக்காலில் வலி எடுத்தால், இவளுக்கு இதயமே வலிக்கும்! அந்த அளவுக்கு ஆசையையும், பாசத்தையும் கொட்டி வளர்த்த தனது குலக்கொழுந்துவுக்குக் காய்ச்சல்
என்றால்..

சென்ற வேகத்திலேயே திரும்பி வந்த தேவகி, கையிலிருந்த மாத்திரையை பாபுவின் வாயில் போட்டு இதமான வெந்நீரை ஊற்றினாள்.பிறகு அவனைக் கட்டிலில் படுக்கவைத்து போர்வையால் உடம்பை மூடி னாள்.கட்டிலையொட்டித் தரையில் அவள் படுத்துக் கொண்டாள்!

பாபு படுத்திருந்த கட்டிலுக்கு எதிரே ஒரு ஜன்னல்! அந்த ஜன்னலுக்கு அப்பால் ஒரு பன்னீர் மரம் ஓங்கி வளர்ந்து நின்றது. அந்த மரத்தின் ஒரு கிளை அந்த ஜன்னலை ஒட்டியிருந்தது. அந்த ஜன்னல் வழியாக, பன்னீர்ப் பூக்களின் மணத்தை ஏந்தியபடி தென்றல் தவழ்ந்தது!
பாபுவும் தேவகியும் தூங்கிப்போய்
விட்டார்கள்!

"அம்மா...!'- என்ற அலறல் கேட்டு வாரிச் சுருட்டிக்கொண்டு எழுந்தாள் தேவகி! ஓடிச்சென்று டியூப் லைட்டைப் போட்டுவிட்டு, பாபு படுத்திருந்த கட்டிலை நோக்கிப் பாய்ந்தாள். அவன், அந்தப்பக்கம், இந்தப் பக்கம் விழித்தபடி கட்டிலில் உட்கார்ந்திருந்தான்.

ஓடிச்சென்று அவனை அணைத்த தேவகி, "என்ன கண்ணா... என்னடா?" என்றாள் பதறியவளாக! தாயை பயத்துடன் பார்த்த பாபு. அவங்க எங்கம்மா?" என்றான்!

"யாருடா?"

"அவங்கதான்... வெள்ளை ட்ரெஸ்ல. தோளிலே இறக்கை இருக்கும்... ..ஆங்! நீ கதையிலே சொல்வியே தேவதை... அவங்கதான்!

பையன் ஏதோ கனவு கண்டிருக்கிறான் என்று அறிந்துகொண்ட தேவகி, "என்ன பாபு கண்டியா?" என்றாள் அவன் தலையை வருடியபடி!

கனவு இல்லேம்மா..... ஆமாம்மா... கனவுதான். அவங்க வந்தாங்களா...... என்று இழுத்தவன் சட்டென்று நிறுத்தி, ஜன்னல் பக்கம் சற்று பயத்துடன் பார்த்தான். அவன் பயத்தைப் போக்க எண்ணிய தேவகி, வந்து என்னடா சொன்னாங்க?" என்றாள் சிரிப்புடன்

"இதோ.. இந்தக் கிளையைப் பாரும்மா...!" என்று ஜன்னலை ஒட்டி வெளிப்புறம் இருந்த பன்னீர் மரக் கிளையைக் காட்டினான் பாபு. அவள் பார்த்தாள், அவன் கேட்டான்.

இல்லே? அந்தக் கிளையிலே எட்டுப் பூக்கள் இருக்கு தேவகி பூக்களை எண்ணினாள்.

ஆமாண்டா பூவும், அரும்புமா எட்டுப் பூக்கள் இருக்கு!"

அதுலே, ஒரு நாளைக்கு ஒரு பூ உதிருமாம்!'

" ஹும்......!"

அதுலே இருக்கிற கடைசிப்பூ விறைப்போ... "விழறப்போ?" நான்...நான் செத்திடுவேனாம்!"

-இதைக் கேட்டதான் தாமதம், 'பாபூ' அந்தப் பகுதியே எதிரொலிக்கும்படி அலறிய தேவகி, அவனை அப்படியே சேர்த்து? அணைத்துக் கொண்டு அழுதாள்.

"அதெல்லாம் ஒண்ணுமில்லேப்பா... நீ ஏதோ கனவு கண்டிருக்கே... அவ்வளவு தான்... பேசாம தூங்கு ராஜா!" என்று இதமாகக் கூறி அவனைப்படுக்க வைத்தாள். ஜன்னலையும் சாத்தி விட்டாள்.

விடிந்தது.

படுக்கையிலிருந்து எழுந்த பாபு வேகமாகச் சென்று ஜன்னலைத் திறந்து, அந்தப் பக்கமிருந்த கிளையில் மலர்களை எண்ணினான். ஒன்று உதிர்ந்து, மீதி ஏழு இருந்தது! அப்போது காபியுடன் உள்ளே வந்தாள் தேவகி!

"அம்மா...இங்கே வாயேன்!" ஜன்னலருகே நின்ற பாபு அழைத்தான்!

"என்னப்பா?" என்றவாறு அவனருகே சென்றாள் தேவகி!

"இனி ஏழுநாள் தாம்மா!" "என்னதுடா... ஏழுநாள்?'
..

"இதோ பாரும்மா... நேற்று ராத்திரி எட்டு பூ இருந்ததுல்லே... அதுலே ஒண்ணு விழுந்திடுச்சி. இன்னும் ஏழுதான் இருக்கு.. நானும் எழுநாள்தான் இருப்பேன்

அவன் பேசப் பேச அவள் கண்களிலிருந்து கண்ணீர் கொட்டியது. ஏதோ ஒரு சஞ்சலம் அவளது மனதை ஆட்டிப் படைத்தது. பாபுவின் பயத்தைப் போக்க என்ன வழி என்று தெரியாமல் தவித்தவள் அவனுக்குக் காபி கொடுத்து

படுக்கையில் உட்காரவைத்து விட்டு மாடியிலிருந்து கீழே இறங்கி வந்தாள்.

வீட்டின் கீழே கிழக்குப் பகுதியிலிருந்த ஓவியக் கூடத்தின் கதவு சாத்தப்பட்டிருந்தது. ஓவியன் ரகு இன்னும் எழுந்திருக்கவில்லை. மேற்குப் பகுதியிலிருந்து போட்டோ ஸ்டுடியோ திறந்திருந்தது. போட்டோகிராபர் ராதா வாசலில் நின்றிருந்தான்.

சோகத்துடன் தேவகி நின்றிருப்பதைப் பார்த்த ராதா, "தேவகி!" என்று அழைத்தான்.

அவள் அவனருகில் வந்தாள்.

"ஏம்மா ஒரு மாதிரியா இருக்கே?" பரிவோடு கேட்டான் ராதா! அவன் அப்படிக் கேட்டதும் பொல பொல வென்று கண்ணீர் சிந்தினாள் தேவகி.

'அழாதேம்மா வா உள்ளே வந்து உட் கார் என்ன நடந்தது?" என்று கேட்டபடியே ஸ்டுடியோ அக்குள் சென்றான் ராதா.

அவனைத் தொடர்ந்து தேவகியும் சென்றாள். இருவரும் சோபாவில் உட்கார்ந்தனர்.

பாபுவுக்கு காய்ச்சல் அடிப்பதையும், இரவு அவன் கனவு கண்டதையும், அதிலிருந்து அவன் பயத்துடனும், பீதியுடனும் இருப்பதையும் ஒன்று விடாமல் சொல்லி அழுதாள் தேவகி. கண்களில் நீர் சொட்டியது!

இதையெல்லாம் கேட்டுக் கொண்டிருந்த ராதா "அடப் பைத்தியமே... இதுக்கு போயா அழுவுறே?
இதுக்குபோயா என்று கூறினான்.

இல்லே... எனக்கு ஏதோ சஞ்சலமா இருக்கு...!'- மேலும் அழுதாள் தேவகி.

'பயப்படாதேம்மா... நானிருக்கேன்!" என்று கூறிய ராதா தனது கையால் அவளது கண்ணீரை துடைத்தான்!
சகோதர உணர்வோடு அவன் சாதாரணமாகி அப்படி செய்ததாகத்தான் முதலில் தேவகி நினைத்தாள்.

ஆனால் அடுத்த சில வினாடிகளில் "அழாதேம்மா என்று கூறியபடி கண்ணீரைத் துடைப்பதுபோல அவள் கன்னத்தை அவன் வருடியபோது

'அண்ணா! என்று கூறி எழுந்தாள் அவள்!

"கண்ணா என்று சொல்லக் கூடாதா? தேவகி ப்ளீஸ்!" - பல்லைக் காட்டினான் ராதா.

கல்யாணமான உங்களுக்கு இப்படியெல்லாம் போகக்கூடாது! என்றபடி அங்கிருந்து வெளியேற முனைந்தாள் தேவகி!

"நீயும் கல்யாணமானவதானே.. அதனாலே அதுவும் ஒரு பொருத்தம்தான்! - அவளது கைகளைப் பிடித்துக்கொண்டான் அவன்.

'இப்போ என்னை விடுறீங்களா? இல்லே சத்தம் போடட்டுமா?

"சத்தம் போட்டா...உனக்குத்தானே மானக்கேடு? எனக்கென்ன நான் ஆம்பளே!"

இப்படிக் கூறியபடியே அவளை அவன் அணைக்க முயன்றபோது, 'பாபு' என்று கத்தினாள் தேவகி.

அவளது சத்தத்தைக் கேட்டு ஓவியக் கூடத்தில் படுத்திருந்த ரகு விழுந்தடித்துக் கொண்டு வந்தான்.

ராதாவின் கையில் சிக்கி தேவகி தவிப்பதைப் பார்த்ததும் ஒரே பாய்ச்சலில் ராதாவின்மீது பாய்ந்தான். பாய்ந்த வேகத்திலேயே ராதாவை நையப்புடைத்து சோபா வில் தள்ளினான்!

'நீ மாடிக்குப் போம்மா!" என்று தேவகியிடம் கூற, அவள் நன்றியுணர்வோடு அவனைப் பார்த்துவிட்டு, கண்கலங்க வெளியேறினாள்.

"போட்டோ புடிக்கிறேன்னு சொல்லிட்டு போட்டோ பொம்பிளையைப்புடிக்க ஆரம்பிச்சிட்டியா?" என்று ராதாவைப் பார்த்து உறுமி விட்டுத் தன் ஓவியக்கூடத்துக்கு வந்தான் ரகு.

"சுவர்ல படம் வரையத் தெரியலேன்னாலும்... என் ஒடம்புலே நல்லா வரைஞ்சிருக்கான்; ராஸ்கல்!! என்றபடி தன் உடம்பை பிடித்து தானே பிடித்து விட்டுக் கொண்டான் ராதா!

ஓவியக் கூடத்துக்குள் வந்த ரகுவின் மனம் அலைபாய்ந்தது.

'அழகே, ஆபத்தானது! அழகும் பணமும் இருந்து, தேவகிபோல ஆதரவும் இல்லாமல் இருந்தால்.. இந்த உலகில் சுத்தமாக வாழமுடியுமா?'

ரகுவின் மனம் எங்கோ அலைந்து எதையோ தேடிக் கொண்டிருந்தது.

ஆழகும், வசதியும் உள்ள தேவகியை நான் ஏன் திருமணம் செய்து கொள்ளக் கூடாது? என்று தனக்குத்தானே கேட்டுக் கொண்டான்!

எதிரே சுவரில் அவன் வரைந்திருந்த ஒரு அழகிய பெண்ணின் படம்! அந்தப் படத்தைப் பார்த்தான் ரகு! இத்தனை நாளும் சாதாரணமாகத் தெரிந்த அந்தப் படம் இப்போது எவ்வளவோ அர்த்தங்களை தரக்கூடியதாக. அவனுக்குத் தெரிந்தது. அந்தப் படத்திலுள்ள பெண்ணைத் தேவகியாகவும். அவள் தன்னைப் பார்த்துப் புன்முறுவல் பூப்பதாகவும் கற்பனை செய்து கொண்டான். ஏதோ ஒரு முடிவுக்கு வந்தவனாக மாடிக்கு - தேவகியின் வீட்டுக்கு விரைந்தான்
ரகு.

கட்டிலில் பாபு படுத்திருந்தான். அவன் அருகே உட்கார்ந்து அழுது கொண்டிருந்தாள் தேவகி. அப்படியும். இப்படியுமாகத் தலையை அசைத்தான் பாபு. ஆனால் கண்களை மட்டும் திறக்கவில்லை.

"நாளைக்கு ஒரு பூ விழுந்திடும், மிச்சம் ஆறு நாள்தான் பாக்கி என்று முணுமுணுத்தான் பாபு! அப்போதும் கண்களைத் திறக்கவில்லை. இதைக்கேட்ட தேவகிக்கு மேலும் அழுகை அதிகமாகியது. தூக்கத்தில் தான் அவன் புலம்புகிறான் என்றாலும், ஏதோ ஒரு துயரச் செய்தியைக் கேள்விப்பட்டு விட்ட உணர்வில் துடித்தாள் அவள்!

அப்போது, அந்த அறைக்குள் நுழைந்த ரகு. கட்டிலருகே வந்து பாபுவின் உடலைத் தொட்டுப் பார்த் தான்! அவன் வந்ததும், மரியாதைக்காக எழுந்து நின்று கண்களைத் துடைத்துக் கொண்டாள் தேவகி.

"சாதாரண காய்ச்சல்தான் இதுக்குப் போயி ஏன் கவலைப்படறீங்க?" தேவகியைப் பார்த்து சாதாரணமாகக் கேட்டான் ரகு.

"இல்லீங்க... எனக்கென்னமோ பயமாயிருக்கு!" என்ற தேவகி, பாபு கனவு கண்ட விவகாரத்தை ஆதியோடு அந்தமாகக் கூறினாள்.

அதைக் கேட்ட ரகு சிரித்தான்.

இதெல்லாம் மூட நம்பிக்கை! இதுக்குப்போயி இந்தக் காலத்துலே பயப்படறது பைத்தியக்காரத்தனம் என்றான்.

பெருமூச்சுவிட்ட தேவகி, "இருங்க, காபி கொண்டுவர்றேன்!'" என்று சொல்லி சமையல் கட்டுக்குப் போனாள். அவளது நடை நளினத்தையும், பின்னழகையும் ரசித்துப் பெருமூச்சுவிட்டான் ரகு.

காபியைக் குடித்து முடித்ததும், "நான் ஒரு முக்கியமான விஷயத்தை உங்ககிட்ட பேசலாம்னு வந்தேன்.......!" மெதுவாக ஆரம்பித்தான்.

'ஏன்ன?' என்பது போல ஏறிட்டுப் பார்த்தாள் தேவகி. அவன் தொடர்ந்தான்.

"நீங்களும் இளம் வயது. ஏதோ கொஞ்சம் வசதி இருக்கு. இந்தப் பையனை வேற வளர்த்து நல்ல படியா ஆளாக்க வேண்டியிருக்கு...!" நிறுத்தி அவன் முகத்தைப் பார்த்தான்.

'ஆமாம்' என்பது போலத் தலையை மேலும், கீழும் அசைத்தாள் தேவகி. ரகுவுக்குக் கொஞ்சம் தெம்பு வந்தது.

"இந்த நெலமையிலே ... நீங்க தனியா இருக்கறது அவ்வளவு உசிதமா எனக்குப் படலே!"

"நீங்க என்ன சொல்றீங்க?"

"இளமையையும், அழகையும், வசதியையும் வச்சுக்கிட்டு இந்த உலகத்திலே மானத்தோடு வாழணும்னா... ஒரு ஆண் துணை அவசியம்னு சொல்றேன்!"

- 'டக்' என்று நிறுத்திய ரகு, மீண்டும் தேவகியின் முகத்தைப் பார்த்தான்.

விரக்தியோடு சிரித்தாள் தேவகி.

"இந்த விஷயத்தைப் பலபேர் என்கிட்ட சொல்லி, அதுக்கெல்லாம் நான் முற்றுப்புள்ளி வைத்து ரொம்ப நாளாச்சு!" அலட்சியமாகக் கூறினாள் அவள்.

"சூழ்நிலைக்குத் தக்கபடி உங்க முடிவை மாத்திக்கிறதிலே தப்பு கிடையாது...... நீங்க விரும்பினா அந்த ஆண் துணை நானாகவே இருக்கேன்!"

இதைக் கேட்ட தேவகி திடுக்கிட்டாள்.

ரகுவிடம் நெருங்கி வந்து நிதானமாகக் கூறினாள்:

"ராதா என் கற்பைப் பறிக்க வந்தப்போ. நீங்க வந்து அவன் கன்னத்திலே அடிச்சீங்க... பெருமைப் பட்டேன்! ஆனா... அதுக்குப் பிரதியுபகாரமா கற்பையே கேட்டு என் இதயத்திலே அடிக்கிறீங்க. இப்போ வெட்கப்படறேன், வேதனைப்படறேன்...!"

"இல்லே..நான் ஒண்ணும் தவறான திட்டத்தோட சொல்லலே... என் மனசில பட்டதைச் சொன் னேன். அவ்வளவுதான்!

"ஊஹூம்! எல்லா ஆண்களுமே இந்த விஷயத்திலே ஒரே மாதிரி தான்னு நிரூபிக்கிறீங்க!'

"நான் அப்படியில்லே உங்களுடைய பாது காப்பான நல்வாழ்வை விரும்பித்தான் அப்படிச் சொன்னேன்!"

'கிடையாது! எல்லோரும் என் உடலைத்தான் விரும்புறீங்க... இது என்ன உலகம்?" வெறுப்பு ஒரு புறமும், சலிப்பு ஒருபுறமுமாகக் கூறினாள் தேவகி.

வெட்கித் தலைகுனிந்தபடி, "நான் வர்றேன்!" என்று கூறி வெளியேறினான் ரகு! தேவகி தடுக்கவில்லை. அவள் அழைத்தா, அவன் வந்தான்? தானாக வந்தான், தானாகவே போகிறான்!

விடிந்தும்,விடியாததுமாகத் தனது ஸ்டுடியோவுக்குள் நுழைந்த அந்த மனிதரை ஆச்சர்யத்தோடும், கொஞ்சம் பயத்தோடும் பார்த்தான் ராதா!

நீண்டு வளர்ந்த சடை சடையான தலைமுடி. தலை உச்சியில் செங்குத்தாக ஒரு சிறு கொண்டை. நெற்றி முழுவதும் வெள்ளையடித்தாற்போன்று திருநீறு. அதன் நடுவே ஒரு ரூபாய் அகலத்துக்குச் சிவப்புக் குங்குமம். அந்தக் குங்குமத்துக்குக் கீழே ஒரு விரல் கனத்தில் பட்டையாக சந்தனம். தலைமுடிக்குத் தாழ்ந்தவர்கள் அல்ல நாங்கள் என்று சொல்லும்வகையில் நீண்ட தாடி மீசை. கழுத்திலே ஒரு பெரிய உருத்திராட்சமாலை உட்பட ஏழெட்டு மாலைகள். அவை ஒவ்வொன்றும் ஒருவிதம்! உருத்திராட்ச மாலையுடன் இணைந்து தொங்கிக் கொண் டிருந்தது, வெள்ளி நிற சிறு டப்பி ஒன்று. பச்சை நிறத்தில் பண்ட ஜிப்பா, அதே கலரில் வேட்டி, காலுக்கு செருப்பு இல்லை! வலது கை சூலாயுதத்தை ஏந்தி இருந்தது, இடது கை ஒரு எலுமிச்சம் பழத்தை உருட்டிக் கொண்டிருந்தது.

சர்வ சாதாரணமாக உள்ளே நுழைந்தார் அந்த மனிதர்.

"என்ன வேணும்?" என்று கொஞ்சம் அருவருப்போடும், பயத்தோடும் கேட்டான் ராதா.

அடியேனுக்கு போட்டோ வேணும்" மிடுக்காகக் கூறினார் அவர்.

"போட்டோ? வடக்கே ஜீனத்அமன், ஹேம ஜெயசுதா, ஸ்ரீப்ரியா, ஜெய மாலினி, ரேகா, தெற்கே மாலினி, ஷோபா, ரதி, ராதிகா..."

"நிறுத்து! அந்த ரசனைக் கெல்லாம் அப்பாற்பட்டவன் நான்...!"

"அப்படியா..அப்போ நீங்க தமிழ்நாடு இல்லியா?"

'ஏன்?''

"சினிமா மோகமே இல்லாதவரா இருக்கிங்களே?"

'கட கட'வென்று சிரித்தார் அந்த மனிதர். அப்பனே, அடியேனை ஒரு போட்டோ எடு. இந்தா...பிடி!'- பத்து ரூபாய் நோட்டை நீட்டினார் அவர். பரவசமடைந்த ராதா, பணத்தை வாங்கிக் கொண்டு அந்த மனிதரை இரண்டு மூன்று 'போஸ்'களில் படம் பிடித்தான்.

சுவாமி, துபாய்க்குப் போகுதா? பாஸ்போர்ட் கேஸா?' பவ்யமாகக் கேட்டான் ராதா! 'இது சொர்க்கத்துக்குப் போகிற கட்டை அப்பனே. துபாய்க்கும் போகாது. பம்பாய்க்கும் போகாது"!

"எலக்ஷன்லே நிக்கிறீங்களா? வால்போஸ்டர் விவகாரமா?"

"எலெக்ஷனுமில்லே, இனிமே நீ கேள்வி கேட்கிறதுக்கு எக்ஸ்டென்ஷனும் இல்லே......!

சுவாமி கோவிச்சுக்கக் கூடாது!பார்த்தா ரொம்பப் படிச்சவர் போல தெரியுது அடியேனுக்கு கொஞ்சம் விவரமா சொன்னா

தேவலே!" பணிவாகக் கூறிய ராதா, அந்த மனிதரின் எதிரில் கைகட்டிப் பணிந்து நின்றான்.

தொண்டையை ஒருமுறை கனைத்துக்கொண்டு அவர் சொன்னார்:

"யாம் சாமியாருக்கு, சாமியார்! மந்திர வாதிக்கு மந்திரவாதி! மகாலிங்க மலையில் ஏழாண்டு காலம் அலைந்து திரிந்து ஆண்டவனின் அனுக்கிரகம் பெற்றுவந்துள்ளோம். பேய், பிசாசு, சைத்தான் ஆட்டத்தை நிறுத்துவோம். பில்லி சூன்யத்தை அகற்றுவோம். தீராத நோயைத் தீர்ப்போம். சாகப்போகிறவனைப் பிழைக்க வைப்போம்!"
-அந்த மந்திரவாதி கூறியதைக் கேட்கக்கேட்க ராதாவுக்கு நடுக்கம் ஏற்பட ஆரம்பித்தது. சமாளித்துக் கொண்டு சொன்னான்:

"சுவாமி.. மாடியிலே ஒரு பையன், கடுமையான காய்ச்சல்லே கெடக்கிறான்...ஏதோ கனவு கண்டு பயந்து போய் தூக்கத்தில் புலம்பிட்டு பீதியா இருக்கிறான். அவனைக் குணமாக்க முடியுமா?"

ராதா இப்படிக் கேட்டானேயொழிய, இந்த மந்திரவாதியின் உருவத்தைப் பார்த்து பாபு பயந்து போய் அவனுக்கு காய்ச்சல் அதிகமாகிவிடுமோ என்றும் பயந்தான்.

"எம்மிடம் முடியாததே இல்லை அப்பனே! சொல்வது பில்லி சூன்ய வேலைதான். ஒரு நாள் இரவு முழுவதும் ஜெபம் செய்தால் விடிவதற்குள் சரியாகிவிடும்

இதைக் கேட்ட ராதாவுக்கு மகிழ்ச்சி பொங்கியது. "தயவு செஞ்சி வாங்கோ" என்றபடி முன்னே நடக்க அவனைப் பின்தொடர்ந்தார் மந்திரவாதி!

அப்போதுதான் விழித்தெழுந்த பாபு ஓடிச் சென்று ஜன்னலைத் திறந்து பன்னீர் மரக்கிளையைச் சிறிது நேரம் பார்த்தான். பிறகு, திரும்பவும் வந்து கட்டிலில் உட் கார்ந்து கொண்டு, ஒன்று, இரண்டு, மூன்று, நான்கு. ஐந்து, ஆறு' என்று வாய்விட்டு எண்ணினான்.

அப்போது அங்கு வந்த தேவகி,"என்ன எண்ணு கிறாய் பாபு?" என்றாள் கொஞ்சும் குரலில் !

"எனது நாட்களையம்மா! " பளிச்சென்று பதில் சொன்னான் பாபு.

"அதெல்லாம் ஒண்ணுமில்லேடா பாபு... நீ நூறு வருஷம் இருப்பே பாரேன்!"

ஏனோ அவனுக்கு ஆறுதலாக தேவகி கூறினாலும். அவளது கண்கள் நீரைக் கொட்டின. அவளது முகத்தை ஏறிட்டுப் பார்த்த பாபு.

"நீ ஏம்மா அழறே? நான்தான் இன்னும் ஆறு நாள் இருக்கப் போறேனே?" - என்றான்; அவனை அப்படியே கட்டிப்பிடித்துக் கொண்டு கேவிக்கேவி அழுதாள் தேவகி. அந்தச் சமயம் அங்கு வந்த ராதாவையும், மந்திரவாதியையும் பார்த்த தேவகி திடுக்கிட்டாள் பாபுவும்தான்! வந்ததும், வராததுமாக ராதா கூறினான்.

தேவகி... இவரு யாரு தெரியுமா? பெரிய மகான், மந்திரவாதி! இவர் பூஜை செய்தார்ன்னா பாபுவோட காய்ச்சல் பறந்து போயிடும்... பெரிய பெரிய டங்களிலெல்லாம் இவர் இப்படி மந்திரிச்சிருக்கார்... இன்னியோட ஒன் கவலை உட்டுது!"

திக்பிரமை பிடித்தவள் போல நின்ற தேவகி, மெள்ள கையெடுத்து அந்த மந்திரவாதியை வணங்கினாள். ஏற்றுக் கொண்டதற்கு அடையாளமாக

மேலும், கீழும் தலையை நிதானமாக அசைத்தார் மந்திரவாதி.

ராதா தொடர்ந்தான்.

'பெரிய காடுகளிலே பயங்கர மிருகங்களோட ஏழு வருஷம் இருந்திருக்கார்ன்னா பாரேன்!'

தேவகி இடை மறித்தாள்.

இப்போ நாட்லே இருக்கறதுக்குத்தாங்க பயமாயிருக்கு... காட்ல கூட இருந்திடலாம்!

ஏதோ ஒன்றைக் குத்திக்காட்டுவது போல தேவகியின் பேச்சு இருந்ததாகப்பட்டது ராதாவுக்கு.

'தேவகி! அன்னிக்கு ஏதோ எம்புத்தி பிசகிடுச்சி. மன்னிச்சிடும்மா... அதெல்லாம் மனசிலே வச்சிக்காதே! பாபுவைக் காப்பாத்தப் பாரு.. இவரு ஒரு இரவு ஜெபம் செய்தார்ன்னா போதும்... என்னம்மா சொல்றே?" உருக்கமாகக் கேட்டான் ராதா.

அவனது நிலையைப் பார்த்த தேவகியும் கொஞ்சம் நெகிழ்ந்தாள். கட்டிலில் படுத்திருந்த பாபுவைப் பார்த்தாள். அவனுக்கிருக்கும் காய்ச்சலையும், பயத்தையும் நினைத்தாள். அவன் இறந்துவிட்டால்...? என்று நினைக்கும் போது அவள் இதயமே வெடித்துவிடும் போலிருந்தது.

எல்லா விவரங்களையும் ராதா மூலம் கேட்டுத் தெரிந்திருந்த மந்திரவாதி, "இது ஒரு பில்லிசூன்ய வேலை தான் ! இன்று இரவு முழுவதும் ஜெபம் செய்தால் இந்தப் பன்னீர் மரக்கிளையிலிருந்து பூக்கள் உதிராது!"

இதைக் கேட்ட தேவகிக்கு ஒரு நம்பிக்கை பிறந்தது. ஜெபம் செய்ய சம்மதித்தாள். அன்று மாலை ஆறு மணி முதல் ஜெபத்தை ஆரம்பிக்கலாம் என்று மந்திரவாதி சொன்னார். மந்திரவாதியை மாடியில் விட்டுவிட்டு மகிழ்ச்சி பொங்கக் கீழே வந்த ராதாவின் கண்களில் ரகு தென்பட் டான். ராதாவே ரகுவிடம் சென்றான்.

"ரகு, அன்னிக்கு நடந்த தப்புக்கு மன்னிச் சிடுப்பா என்னமோ சபல புத்தி அந்தத் தவறுக்குப் பிராயச்சித்தமா பாபுவைக் குணப்படுத்த ஒரு மந்திர வாதியை அழைச்சிட்டு வந்திருக்கேன்...அவர் மேலே இருக்கார்!" என்று கூறிவிட்டு, தன் ஸ்டுடியோவையும் பூட்டி விட்டு, திரும்பவும் வந்து, "வர்றேன் நைனா" என்று கூறி ரகுவின் முதுகில் செல்லமாகத் தட்டிவிட்டுத் தனது வீட்டுக்குப் புறப்பட்டான் ராதா.

"மேலே இருப்பவன் மந்திரவாதியா - அல்லது அவனை அழைத்து வந்த இவன் தந்திரவாதியா?" என்று நினைத்த ரகு, ராதா போவதையே பார்த்துக் கொண்டு இருந்தான்.

மாலை ஆறு மணி!

மந்திரவாதி ஜெபத்தை ஆரம்பித்து விட்டால் வடக்கு நோக்கி அவன் சம்மணமிட்டு உட்கார்ந்திருத்தான். அவனுக்கு எதிரே வெறும் தரையில் பாபு கிடத்தப்பட்டிருந்தான்.

மந்திரவாதிக்கு வலது புறத்தில் ஒரு தூணோடு சாய்ந்து தேவகி உட்கார்ந்திருந்தாள். இட பக்கத்தில் மந்திரவாதியின் சூலாயுதம் சாத்தி வைக்கப் பட்டிருந்தது. சூலாயுதத்தின் மூன்று முனைகளிலும் குங்குமம் தடவிய எலுமிச்சம் பழங்கள் குத்தப்பட்டிருந்தன். மந்திரவாதிக்கு எதிரே வெற்றிலை பாக்கு வைக்கப்பட்டி ருந்தது. சூடம் எரிந்து கொண்டிருந்தது. சாம்பிராணி புகைந்து கொண்டிருந்தது. மந்திரவாதியின் இடதுகை சூலத்தைத் தொட்டிருக்க, வலதுகை கழுத்தில் கிடந்த உருத்திராட்ச மாலையை தடவிக்

கொண்டிருந்தது. அவனது வாய், 'ஜெய் பவானி, ஜெய் பவானி' என்று மெதுவாக முணு முணுத்துக் கொண்டி குந்தது! கண்களைத் திறந்து பார்ப்பதும், மூடிக்கொள்வது மாக ஒரு வித பயத்துடன் படுத்திருந்தான் பாபு.

அடிக்கடி ஜன்னல் பக்கம் திரும்பித் திரும்பிப் பார்த்து, பன்னீர்மரக்கிளையிலிருந்து பூக்கள் விழாமல் இருக்கின்றனவா என்று பார்த்துக் கொண்டிருந்தாள் தேவகி.

மணி பத்து!

புகைந்து கொண்டிருந்த சாம்பிராணியில் மேலும் எதையோ போட்டான் மந்திரவாதி. புகை இன்னும் அதிகமாகியது பாபு தூங்கிப் போய்விட்டான். மந்திரத்தை முணுமுணுத்துக் கொண்டிருந்த மந்திரவாதி திடீர் என்று கண்களை அகலமாக்கிக் கொண்டு சுற்றும் முற்றும் பார்த்தான். சாம்பிராணித் தட்டில் இன்னும் கொஞ்சம் எதையோ போட்டான். புதை பெருகியது. அப்படியே திரும்பி தேவகியைப் பார்த்தான்.

அவள் தூணில் சாய்ந்தபடி தூங்கிக்கொண்டிருந்தாள். மூச்சுவிடும்போது ஏறி இறங்கிய அவளது தசை மேடுகளையும், வாடிப்போயிருந்தாலும் வனப்புமிக்க கன்னக்கதுப்புகளையும் எச்சில் ஊறப் பார்த்துக் கொண்டிருந்தான் மந்திரவாதி.

தன்னை நோக்கிக் காற்றை வீசிக்கொண்டிருந்த மின்விசிறியை, தேவகியின் பக்கம் திருப்பி வைத்தான். மின்விசிறிக் காற்றில் படபடத்த அவளது மார்புச்சேலை, கொஞ்சம் கொஞ்சமாக நழுவிக் கீழே விழுந்தது.

தேவகியின் உருண்டு திரண்ட மார்பகங்களின் வாளிப்பை முழுமையாகவும், வழ வழப்பைப் பாதியாகவும் பார்த்துக் கொண்டே இருந்தான் மந்திரவாதி. இரண்டு சிறு

மடிப்புகளுடன் இருந்த அவளது வயிறு அவனைக் கிறங்க வைத்தது.

'ஜெய்பவானி' என்று முனகிய அவன் வாய் இப் போது 'ஏய் தேவகி' என்று கூறியது. மெள்ள எழுந்து தேவகியை நெருங்கி அவளது நெற்றியில் முத்தமிட்டான். தூக்கம் கலைந்து, துள்ளி எழுந்த தேவகி, மந்திரவாதியின் வெறிச் செயலை அறிந்து அலறினாள். அருகே கிடந்த மணைப்பலகையை எடுத்து அவன் முகத்தில் ஆத்தி ரத்துடன் அடித்தாள்.

முகத்தில் காயம்பட்ட அவன், அவளை மூர்க்கத் தனமாக நெருங்கினான். பின்வாங்கிச் சென்று கொண்டே தன் கைக்குக் கிடைத்த எல்லாப் பொருட்களையும் எடுத்து அவன் மீது எறிந்தாள்.

மேலே மாடியில் ஏதோ அசம்பாவிதம் நடப்பதை, அங்கிருந்துவந்த சத்தங்களால் அறிந்த ரகு, அவசரமாக போலீசுக்குப் போன் செய்தான். வீட்டு விலாசத்தைப் போலீசாரிடம் கூறிய கையோடு வேகமாக மாடிக்குப் பாய்ந்தான்.

கதவை உடைத்துக்கொண்டு அவன் உள்ளே வருவதற்கும். தேவகியைக் கீழே தள்ளி அவள்மீது மந்திரவாதி விழுவதற்கும் சரியாக இருந்தது.

ஒரே பாய்ச்சலில் மந்திரவாதியிடம் வந்த ரகு, தேவகியிடமிருந்து அவனைப் பிரித்தான்.

மந்திரவாதியும், ரகுவும் மிருகத்தனமாக மோதினார்கள். இருவரும் சண்டை போட்டுக் கொண்டே சமையலறையை நெருங்கி மாடிப்படிகளில் இறங்கினார்கள். மாடிப்படி ஒன்றில் வழுக்கிக் கீழே விழுந்த ரகுவை குத்துவதற்காக மந்திரவாதி தனது சூலத்தை ஓங்கினான். அதே சமயம் அவனுக்குப் பின்புறம், கையில் அம்மிக் குழவியுடன் நின்ற

தேவகி, மந்திரவாதியின் தலையில் அம்மிக் குழவியால் ஓங்கி அடித்தாள்.

'அம்மா'! என்ற பயங்கர அலறலுடன் படிகளில் விழுந்து விட்டான் மந்திரவாதி. படிக்கட்டுகள் முழுவதும் ரத்தம் பெருகியது. கண்கள் மேல்நோக்கிக் குத்திட்டு நிற்க கைகளையும், கால்களையும் பரப்பி வைத்த நிலையில் மரணத்தைத் தழுவிக் கொண்டான் மந்திரவாதி!

கோரமாகக் கிடந்த மந்திரவாதியை பீதியுடன் பார்த்துக் கொண்டிருந்தனர் ரகுவும், தேவகியும். பிறகு இருவரும் ஒருவருக்கொருவர் சில வினாடிகள் பார்த்துக் கொண்டனர். இருவரது இதயத் துடிப்பும் வெளியே கேட்கும் அளவுக்கு பலமாக இருந்தது.

"கொலை .... கொலை ...." என்றான் ரகு.

மெதுவாக!

"அய்யோ... இப்ப நான் என்ன செய்வேன்?' என்று அழுதாள் தேவகி!

"போலீசுக்கு ஏற்கனவே போன் பண்ணிட்டேன் அவங்கவேற இப்போ வந்துடுவாங்களே......!'- பதட்டத்துடன் கூறினான் ரகு!

"எனக்கு ஒரு உதவி செய்விங்களா?" அழுதபடியே கேட்டாள் தேவகி.

“என்ன?"

"என்னைப் போலீஸ்காரங்க பிடிச்சிட்டுப் போற தப்பத்தி நான் கவலைப்படலே...பாபு... என் பாபுவைத் தனியா விட்டுட்டு போறனேன்னுதான் வருத்தமா இருக்கு..."-

மேற்கொண்டு பேச முடியாமல் குலுங்கிக் குலுங்கி அழுதாள் அவள்.

பிறகு மீண்டும் சொன்னாள்!

இருக்கறதை வச்சி தயவு செய்து என் பாபுவைக் காப்பாத்தி வாழவையுங்க... ப்ளீஸ்... ப்ளீஸ்... இந்த நேரத்திலே உங்களை விட்டா எனக்கு நாதியில்லீங்க...! அழுதாள் அவள்.

இதைக் கேட்டு பலமாகச் சிரித்தான் ரகு. கற்பைக் காணிக்கையாக்காததற்கு இப்போது இவன் வஞ்சம் தீர்க்கப் போகிறானோ என எண்ணி பயந்தாள் தேவகி. ரகு சொன்னான்:

"நான் அவ்வளவு கல்நெஞ்சக்காரன் இல்லே.. இந்தக் கொலைக்காக வேற யாரும் ஜெயிலுக்குப் போக வேணாம்...நானே போறேன்!"

"நீங்... நீங்க என்ன சொல்றீங்க?"- பதறினாள் தேவகி!

"இப்போ போலீஸ் வரும். இந்தக் கொலையைச் செய்தது நான் தான்னு அவங்ககிட்டே சொல்வேன். நீங்களும் ஆமா போடணும். ஏன்னா..இந்தக் கொலைக்கு கண்கண்ட சாட்சி நீங்கதான்!"

"நான் செய்த கொலைக்கு நீங்க ஏன்...?"

"உஷ்...! விவாதிக்க நேரமில்லே! பாபு காப்பாத்தப்படணும்,அது முக்கியம். அதுக்கு நீங்க இருந்தாத்தான் முடியும்!" -ரகு சொல்லி முடித்தபோது. போலீஸ் லாரி ஒன்றும், ஜீப் ஒன்றும் வந்தது.

ஒரு இன்ஸ்பெக்டர் முன்னே வர, அவரைத் தொடர்ந்து போலீஸ்காரர்களும், போட்டோகிராபர்

ராதாவும் வந்தனர்.

இன்ஸ்பெக்டரிடம் சென்றான் ரகு.

"சார், இவனை நான் கொன்னுட்டேன்!' நிதானமாகச் சொன்னான்

"வாட்? மர்டரா?" என்ற இன்ஸ்பெக்டர் மாடிப்படி அருகே சென்று, அங்கு கிடந்த மந்திர வாதியின் பிணத்தைப் பார்த்தார்.

"ஏய்... போட்டோ!"- இன்ஸ்பெக்டர் அழைத் ததும் கேமிராவுடன் வந்தான் ராதா.

வந்தான் ராதா. அவர் சொன்ன படியெல்லாம் போட்டோ எடுத்தான். அப்போ அவனது கைகள் நடுங்கின. மனசு படபடத்தது.

பிணம், படிக்கட்டுகளில் பெருகி காய்ந்திருந்த ரத்தம், சண்டை நடந்த ஹால், சிதறிக் கிடந்த சாமான்கள் அனைத்தும் புகைப் படங்களாக எடுக்கப் பட்டன.

பிணத்தை லாரியில் ஏற்றிக்கொண்டு, ரகுவைக் கைது செய்து ஜீப்பில் ஏற்றிக்கொண்டனர். ஜீப்பும் லாரியும் மறைந்தன. அவைகள் கண்ணை விட்டு மறையும் வரை பார்த்துக் கொண்டு வாசலிலேயே நின்ற தேவகி, அவை மறைந்தவுடன் 'கோ' என்று கதறிக் கொண்டு வீட்டுக்குள் ஓடினாள். மாடிக்கு ஓடி வந்த தேவகி; தானும் தனது கணவனும், கைக்குழந்தையாக பாபுவும் உள்ள படம் வைக்கப் பட்டிருந்த மேஜைமீது முட்டி மோதி அழுதாள்.

"ஆண்டவனே, எனக்கு ஏன் இப்படிச் சோதனை மேல் சோதனையாகக் கொடுக்கிறாய்?" என்று கூறியவாறே மேஜையின் கால்களில் தலையை மோதி, மோதி அழுதாள்.

'தடால் தடால்' என்ற சத்தத்தைக் கேட்டு தூக்கம் கலைந்தவனாக அப்போது தான் கண்விழித்தான்பாபு.

தன்னுடைய அம்மா அழுவதைப் பார்த்ததும் அவனுக்கும் அழுகை வந்தது.

குரல் கம்மிய நிலையில் அம்மா!" என்று அழைத்தான்.

பாபுவுன் குரல் கேட்டுத் திரும்பிய தேவகி, அவனைத் திரும்பிப் பார்த்தாள். அவன் விழித்திருந்தான். அழுகையை அடக்கிக் கொண்டு, கண்ணீரைத் துடைத்துக் கொண்டு மெதுவாக அவனருகே வந்து உட் கார்ந்தாள். அன்னையின் கரத்தை ஆதுரமாகப் பிடித்துக் கொண்டான் பாபு!

"அழுதியாம்மா...?"- அவனே அழுது விடுவான் போலிருந்தது!

'இல்லே ராஜா..ஏதோ ஒரு கெட்ட கனவு...!' மனதாரப் பொய்சொன்னாள் தேவகி!

'ஒன்னோட கனவிலேயும் தேவதை வந்தாங்களாம்மா...?' பீதியுடன் கேட்டான் பாபு!

'இல்லே கண்ணு. உன் அப்பாதான் வந்தார்."

இதைக் கேட்ட பாபு... தனக்கு எதிரே இருந்த சுவரில் - 'கோட்'டும், 'சூட்டும், 'டை'யுமாக படத்தில் கம்பீரமாக நின்றிருந்த தனது அப்பாவையே சிலவினாடிகள் பார்த்துக்கொண்டிருந்தான்.

அவர், இவனைப் பார்த்துச் சிரிப்பது போலவும், இவனைக் கண் சிமிட்டி அழைப்பது போலவும் அவனுக்கு ஒரு பிரமை!

"அம்மா...அப்பா என்னைக் கூப்பிடறாரம்மா...!"

- என்று கூறினான் பாபு!

அவனை அணைத்துக்கொண்ட தேவகி, "உன்னை மட்டும் தனியாக அவர் கூப்பிடமாட்டார்டா.... என்னையும் சேர்த்துத்தான் கூப்பிடுவார்.. அப்படிக் கூப்பிட்டா நாம ரெண்டு பேருமே அவர்கிட்ட போயிட லாம்...!" இதைச் சொல்லி, கேவிக்கேவி அழுத தேவகி விருட்டென்று எழுந்து திவாகர் படத்தருகே சென்றாள்.

"ஏங்க... என்னையும்,பாபுவையும் இப்படித் தவிக்க விட்டுட்டுப் போயிட்டீங்களே ...... நாங்க படற தொல்லையைப் பார்த்தீங்களா?...... என்று கூறி திவாகர் படத்தின் அடிப்பாகச் சுவரில் தலையை மோதிக் கொண்டு அழுதாள். தனது அம்மா சுவரில் மோதிக் கொள்வதையும் அவள் அழுவதையும் பார்த்த பாபுவின் கண்களில் கண்ணீர் பெருக்கெடுத்தது. தனது கையால் கண்ணீரைத் துடைத்துக்கொண்டு, மூக்கை ஒரு முறை உறிஞ்சிக்கொண்டு, "அம்மா" என்று அழைத்தான். பாபுவின் குரல் கேட்டு அழுகையை நிறுத்தி விட்டுத் திரும்பிய தேவகி, தன்னிடம் வரும்படி அவன் சைகை செய்ததைப் பார்த்து அவனருகில் வந்து உட்கார்ந்தாள்.

தேவகியின் கையைப் பிடித்துக் கொண்டு விக்கி விக்கி அழுதான் பாபு.

"பாபு "நீ ஏம்மா அழறே?" அவனது கண்ணீரைத் துடைத்தபடி கேட்டாள் தேவகி!

"நீ ஏம்மா அழறே?" பதிலுக்குக் கேட்டான் பாபு!

"நான் அதுக்குன்னே.. அழறதுக்குன்னே பொறந்தவடா...!

"நானும் உன் வயிற்றில் பிறந்தவன் தானேம்மா?"

-வயதுக்கு மீறிய அவனது புத்திசாலித்தன மான இந்தப் பேச்சை வேறு சமயங்களில் கேட்டிருந்தால், தேவகி நிச்சயம் பூரித்துப் போயிருப்பாள். இப்போது மேலும் அவளுக்கு அழுகை பீறிட்டுக் கிளம்பியது!

திடீர் என்று ஏதோ நினைப்பு வந்தவனாக பாபு கேட்டான்.

"அம்மா... பொழுது விடிஞ்சுதாம்மா...? அடுத்த பூ விழுந்ததாம்மா? இன்னும் எனக்கு எத்தனை நாள் இருக்கம்மா?" கோவென்று அழுதாள் தேவகி!

"பூ விழலேடா.. கிளையிலே இப்போ நிறைய பூக்கள் இருக்கு...!"

அவள் சொன்னதை அவன் நம்பவில்லை.

"எங்கே...ஜன்னலைத் திறந்து காட்டு"

என்ன செய்வதென்று புரியவில்லை தேவகிக்கு!

"உள்ளே வரலாமா?' என்று கேட்டபடியே வந்த டாக்டரைப் பார்த்ததும் அவளுக்கு தெம்பு வந்தது! "வாங்க டாக்டர்!" என்று எழுந்து நின்றாள். பாபுவைத் தொட்டுப்பார்த்த டாக்டர், "வெரி குட்! காய்ச்சல் ரொம்ப குறைந்து விட்டதே" என்றார் சந்தோஷத்துடன்!

ஆமா டாக்டர்" ஆனா... பயம் அதிகமா யிடுச்சி" என்றாள் நா தழுதழுக்க தேவகி!

"என்ன செய்கிறான்...?"

அடிக்கடி அந்தப் பன்னீர் மரத்தைப் பார்க்கிறான்... பூக்களை எண்ணிப் பார்த்துட்டு, 'நான் இனி இத்தனை நாள்தான் இருப்பேன்'னு சொல்றான்!"

"ஏம்மா... இந்த வீடு, சூழ்நிலைகளை மாற்றி வேறு எங்காவது போய் கொஞ்ச நாள் இருக்கலாமே?"

"எங்கே டாக்டர் போறது? எங்களிடம் அன்பு ஆதரவு காட்டத்தான் இந்த உலகத்திலே யாருமே இல் லியே...!

"த்ச்சொ ...த்ச்சொ...! என்னோட வீடு ரொம்ப சிறிசு... இல்லேன்னா நானே உங்களை அழைச்சுட்டுப் போயிடு வேன்!

"ஒங்க நல்ல மனசுக்கு நன்றி டாக்டர்!" "எனக்கு ஒரு யோசனை தோணுது! கொஞ்சம் பணம் செலவானாலும் பரவாயில்லேன்னு..... குற்றாலம் மாதிரி ஏதாவது ஒரு ஊருக்குப் போய் ஒரு வாரம் இருந்துட்டு வாங்களேன்!"

"வேண்டாம் டாக்டர்... வேண்டாம்! அப்படி இருக்கிற எடத்துலே ஏதாவது ஒண்ணு ஆயிடுச்சின்னா.... 'ஏன்'னு கேட்கக் கூட நாதியிருக்காது டாக்டர்... எனக்கோ.... என் மகனுக்கோ எது ஆனாலும்....'அவர்' கட்டிய இந்த வீட்லே அவர் படத்துக்கு முன்னாலேயே ஆகட்டும்!"

உணர்ச்சி வசப்பட்டுப் பேசியதால் தேவகியின் தொண்டை அடைத்தது.

அவள் சொன்னதைக் கேட்ட டாக்டர் சிறிது நேரம் ஆழ்ந்த யோசனையில் இருந்தார். பிறகு கூறினார்.

"இந்த அறையை, இந்த ஜன்னலை; அதற்கு அப்பால் இருக்கிற பன்னீர் மரத்தை இவன் மறக்கணும்கிறதுக் காகத்தான் சென்னேன் ...... ஆனா அதுமுடியாது போலிருக்கு சரி... இந்தாம்மா தூக்கமாத்திரைகள் ... நாலு இருக்கு! பாபு, பன்னீர் மரத்தைப் பார்த்து எப்போ பேசினாலும் அப்போமட்டும் கொடு. ஒரு நாளைக்கு ஒரு மாத்திரைக்கு மேலே கொடுக்காதே!"

டாக்டர் கொடுத்த மாத்திரைகளை வாங்கிக் கொண்ட தேவகி, "சரி டாக்டர்" என்றாள்.

டாக்டர் போய்விட்டார். அவரை வாச வரைபோய் வழியனுப்பிவிட்டு வந்த தேவகி, பாபுவின் விசும்பல் குரல் கேட்டுப் பதறிப்போய் அவனருகே வந்தாள்.

பாபு! "ஏண்டா கண்ணா அழறே?" - அவன் தலையை வருடினாள் அவள்! "என்னால் ஒனக்கு எத்தனை கஷ்டம்மா?" அவளது கையைப் பிடித்துக் கொண்டான்

பேசாம தூங்கு கண்ணா, சமர்த்துல்லே நீ?" -அழுகையை மறைத்துக் கூறினாள். "எனக்குத் தூக்கம் வரலியேம்மா...?" -டாக்டர் கொடுத்த மாத்திரையில் ஒன்றை அவன் வாயில் போட்டு, வெந்நீர் தந்தாள் தேவகி.

மாத்திரையைச் சாப்பிட்டதும் ஒரு உற்சாகம் பாபுவுக்கு!

"அம்மா... இப்படி வாயேன்!"

- அவனை நெருங்கி உட்கார்ந்தாள் தேவகி.

அவளது கன்னத்தைத் தொட்டு இதமாகத் தடவினான் பாபு!

"அம்மா... ஒரு பாட்டுப் பாடுவியாம், அதைக் கேட்டு நான் அப்படியே தூங்கிடு வேனாம்!"

"என்ன பாட்டுடா நான் பாடுவேன்?

'ஏதாவது பாடும்மா...!

'என்பாடே பெரும்பாடா இருக்கேடா...?' அம்மா... இப்போ நீ பாடப்போறியா இல்லே...?""

இந்த வார்த்தையைக் கேட்ட தேவகியின் மெய் சிலிர்த்தது! கருமேகக் கூட்டத்தைக் கிழித்துக் கொண்டு வெளிக்கிளம்பும் வெள்ளி நிலா போல, அவளது துயரங் களைத் துளைத்துக்கொண்டு ஒரு நிகழ்ச்சி அவளது நினைவுக்கு வந்தது! அடுத்த வினாடியே பாபுவின் கையைத் தேடினாள். அவனது வலதுகை அவளது கன்னத்தை வருடிக்கொண்டிருந்தது! அவளது உடல் மேலும் புல்லரித்தது! ஏதோ ஒரு நினைவு மயக்கத்தில் அப்படியே மெய்மறந்து இருந்தாள் தேவகி!

அது அவளது கல்லூரிப் பருவம்! பி.ஏ. இறுதியாண்டு படித்துக் கொண்டிருந்தாள் அவள். அப்போதுதான் அவளுக்கும் திவாகருக்கும் காதல் ஏற்பட் டது. இருவரும் அடிக்கடி தனிமையில் சந்தித்தனர். அப்படிச் சந்திக்கின்ற நேரத்தில் ஒரு நாள்...

தேவகிக்காக குறிப்பிட்ட இடத்தில் காத்திருந்தான் திவாகர். சற்று தாமதமாக வந்தாள் தேவகி. கோபமடைந்திருந்த அவன், அவளுடன் பேசவில்லை!

அவளே வலியப் போய் பேச்சுக் கொடுத்தும் அவன் கேளாக் காதினனாகவே இருந்தான்.

சிறிது நேரம் சென்று, அவனே அவளது கையை எடுத்துத் தன்மார்பில் வைத்துக் கொண்டான். அவளும் மனம் குளிர்ந்தாள். பேச்சு தொடர்ந்தது.

“தேவகி...!”

“ஊம்...!”

“இப்படியே.. நாம ரெண்டுபேரும் வாழ்நாள் பூரா இருந்தா...”

“இருந்தா?”

“புராணக் கதையின்படி சொன்னா அதுதானே சொர்க்கம்!”

-கலகலவென்று சிரித்தாள் அவள்.

“ஏன் சிரிக்கிறே...?” சற்றுக் கோபத்துடன் கேட்டான் திவாகர்!

“என் கூட இருக்கறதுதான் சொர்க்கம்னா.. நான் இல்லாதபோது நீங்க நரகத்திலேயா இருக்கிறீங்க?”

“அதில் என்ன சந்தேகம்?”

-அவன் கூறியதைக் கேட்ட தேவகி பூரித்துப் புளகாங்கிதம் அடைந்துவிட்டாள்.

அவளது கையை எடுத்துத் தனது கைக்குள் அடக்கிக்கொண்ட அவன், மெதுவாக அவளது கன்னத்தைத் தொட்டான்... அப்புறம் லேசாக வருடினான்... அவள் சிணுங்கினாள்.. அவன் நெருங்கினான்!

கன்னத்தை வருடியபடியே அவன் கேட்டான்;

“தேவகி... ஒரு பாட்டுப் பாடேன்..!”

“எனக்குப் பாடத் தெரியாது!”

“பொய் சொல்றே...உன்னோட ‘செட்’லேயே, நீதான் நல்லா பாடுவியாமே?”

“தப்பு. தப்பு... தப்பு.. எனக்குப் பாடத் தெரியாது!”

“ஏய்... என்ன பிகுபண்றே? இப்போ நீ பாடப் போறியா... இல்லே...?”

-அவன் கோபித்துக்கொள்வானே என்ற பயத்தில் பாட ஆரம்பித்தாள் தேவகி.

அந்தப் பழக்கம், அவர்களுக்குக் கல்யாணமாகி பாபு பிறக்கும் வரையில் தொடர்ந்தது.

தேவகியின் கன்னத்தை வருடிக் கொண்டே, ‘பாட்டுப்பாடு’ என்பான் திவாகர். முதலில் அவள் மறுப்பாள். ‘நீ பாடப்போறியா... இல்லே?’ என்று மிரட்டுவாள். உடனே அவள் பாடிவிடுவாள்.

தந்தைக்கிருந்த அதே சாகசம், தனயனுக்கு மிகுந்ததைக் கண்டுதான் புல்லரித்து நின்றாள் தேவகி!

திவாகரைப் போலவே பாபுவும் அவளது கன்னத்தை வருடிக்கொண்டு, “அம்மா... இப்போ நீ பாடப் போறியா இல்லே?” என்று மிரட்டினான்.

திவாகர் இப்படி கோபத்தில் கூறும் போது அவள் என்ன பாட்டுப் பாடுவாளோ...அதே பாட்டைத்தான் இப் போது பாபுவுக்கும் பாடினாள்.

“பூப்போல கன்னம்
பொன்போல மின்னும்
எனைப்பார்த்த பின்னும்
ஏன் கோபம் இன்னும்..”

-பாட்டின் இனிமையோ, அல்லது மாத்திரையின் மகிமையோ தெரியவில்லை; பாபுவைத் தூக்கம் அரவணைக்கத் தொடங்கியது. அந்த நேரத்திலும் கூட அவன் சொன்னது: “அம்மா... நீயும் பூவைத்தான் நினைச்சுப் பாடறே... நானும் அந்தப் பூக்களையே நினைச்சுட்டிருக்கேன், இன்னும் எத்தனை பூக்கள் விழணும்மா?’”

பாபு. இப்படிக் கேட்டதும்தான், தான் செய்த தவறு சுருக்கென்று குத்தியது தேவகிக்கு.

பன்னீர்ப் பூக்களை அவன் மறந்து தூங்க வேண்டும் என்பதற்காகத்தான் அவள் பாட்டே பாடினாள். ஆனால், அந்தப் பூக்களையே நினைவூட்டும் வகையில் பாடி விட்டாளே...!

இனி இந்தப் பாட்டைப் பாடுவதே இல்லை என்று மனதுக்குள்ளே சபதம் எடுத்துக் கொண்டாள் தேவகி. அதற்காக – தனது கணவனுக்குப் பிடித்த பாட்டைப் பிள்ளை நலன் கருதி பாடாமல் இருப்பதற்காக மானசீகமாக திவாகரிடம் மன்னிப்பும் கேட்டுக் கொண்டாள்.

பாபு தூங்கிவிட்டான்!

நான்கு நாட்கள் ஓடிவிட்டன. இந்த நான்கு நாட்களில் பெரும்பாலான நேரத்தைத் தூக்கமாத்திரையின் துணையுடன் தூங்கியே கழித்து விட்டான் பாபு.

அவன் விழித்திருந்த சொற்ப நேரங்களில் அவனுக்குப் பன்னீர்ப் பூக்களின் நினைவே வராமல் மிகவும் ஜாக்கிரதையாகப் பார்த்துக் கொண்டாள் தேவகி. அவன் விழித்திருக்கும் அத்தனை நேரங்களிலும் அவனுக்குப் பிடித்ததைத் தந்து, பிடித்ததைப்பேசி அவனது கவனத்தை திசை திருப்புவதில் கண்ணும் கருத்துமாய் இருந்தாள்.

ஐந்தாம் நாள் பொழுது விடிந்தது. அன்று அதிகாலை ஆறுமணிக்கெல்லாம் பாபு விழித்துக்கொண்டான். படுக்கையிலிருந்து அவன் எழுந்து பார்த்தபோது தேவகி தூங்கிக்கொண்டிருந்தாள்.

கட்டிலைவிட்டு இறங்கிய பாபு, முதல்வேலையாக ஜன்னலுக்குச் சென்று கதவைத் திறந்து, அப்பாலிருந்த பன்னீர்

மரக்கிளையைப் பார்த்தான் அதிலிருந்த பூக்களை எண்ணினான்.

இரண்டே இரண்டு பூக்கள் தான் இருந்தன. பாபு மனதுக்குள் கணக்குப் போட்டுப் பார்த்தான்.

'மொத்தம் இருந்தது எட்டு. இரண்டு நாளில் இரண்டு பூக்கள் விழுந்ததை நாம் பார்த்தோம். அதற்குப் பிறகு நேற்றுவரை நான்கு நாட்களாக பூ விழுவதை நாம் பார்க்கவில்லை. ஆனாலும் அந்த நான்கு நாட்களிலும் நான்கு பூக்கள் விழுந்திருக்கின்றன. மீதி இருப்பது இரண்டே பூக்கள்!'

திரும்பவும் கட்டிலில் வந்து படுத்துக் கொண் டான் பாபு. அடுத்த அரை மணி நேரத்தில், அவசர அவசரமாக எழுந்தாள் தேவகி. கண் விழித்தபடியே பாபு கட்டிலில் படுத்திருப்பதைப் பார்த்தாள்.

"அடடே.... பார்த்தியா அசந்து தூங்கிட்டேனே....!" என்றாள் ஆதங்கத்துடன்.

"நீ இன்னிக்கு ஒரு நாள் தானேம்மா அசந்து தூங்கினே... நான் நாலு நாளா தூங்கியிருக்கேனே...?" வறட்டுப் புன்னகையுடன் கூறினான் பாபு.

"நீ என்னடா சொல்றே...?"

"சந்தேகமா இருந்தா போயி பூவை எண்ணிப் பாரும்மா... நாலு பூ விழுந்திருக்கு!"

அப்போதுதான் அவள் அந்த சன்னல் கதவு திறந்திருப்பதைப் பார்த்தாள். நாம் எழுவதற்கு முன் அவன் எழுந்து போய் பார்த்திருக்கிறான் என்று அறிந்த தேவகி அசட்டுத்தனமாகத் தூங்கியதற்காக தன்னையே நொந்து கொண்டாள்.

“பூவை எண்ணினாயா பாபு?”- கலவரத்துடன் கேட்டாள் தேவகி!

“ஆமாம்மா... இன்னும் ரெண்டு நாள்தான் நான் இருப்பேன்!”

“பாபு......!”

“ஆமாம்மா... அதிலே இன்னும் ரெண்டே ரெண்டு பூதான் மிச்சமிருக்கு!”

கடந்த ஓரிரு நாட்களாக சற்று அமைதியடைந்திருந்த தேவகியின் நெஞ்சு மீண்டும் பதற ஆரம்பித்தது. கடந்த ஓரிரு நாட்களாக அடக்கி வைக்கப்பட்டிருந்த கொஞ்சம் அடங்கிக் கிடந்த அழுகையும் கண்ணீரும் மீண்டும் கொட்ட ஆரம்பித்து விட்டன.

“ஏம்மா... அழறே...?”- பாபு கேட்டான்!

“இல்லே ராஜா... நான் அழலே... நாள் அழலே...!” கண்களைத் துடைத்துக்கொண்டாள் தேவகி!

“அம்மா... எனக்கு ஒரு ஆசை...!”

“என்னப்பா?”

“என் கூடப் படிக்கிறவங்களையெல்லாம் பார்க்கணும்போல தோணுதும்மா...!”

“....”

“என்னம்மா பேசாம இருக்கே? அவங்களோட தான் எப்படியெல்லாம் விளையாடுவேன் தெரியுமா?”

இப்படிக் கேட்டுக் கொண்டிருந்தபோதிலும் பாபுவின் சிந்தனை விரிகிறது. அவனுடன் படிக்கும் பையன்களைக் கற்பனையிலேயே சந்திக்கிறான்.. பேசுகிறான்...

"டேய்... சோமு! நான் போயிட்டு வர்றேண்டா! நீ நல்லா படிச்சு பெரிய பதவிக்கு வாடா!"

"ஏய்... பாலாஜி! நீ கிரிக்கெட்ல பெரியபேட்ஸ் மேனா வருவே... நான் அப்பாகிட்ட போறேன்.. நீங்க எங்க அம்மாவைப் பார்த்துக்கங்க!"

கண்களை மூடியவாறே இவ்விதமாக பாபு முணு முணுத்ததைக் கேட்ட தேவகிக்கு நெஞ்சு 'பகீர்' என்றது. 'அப்படி' ஏதாவது ஆகிவிடுமோ என்று அவள் நினைத்தபோது அவளது கண்களிலிருந்து தாரை தாரையாகக் கண்ணீர் கொட்டியது!

இந்தச் சமயத்தில் அங்கு வந்த ராதா, தேவகி அழுது கொண்டிருப்பதைப் பார்த்து அவளை நெருங்கி வந்தான்.

"என்னம்மா நீ? எப்போ பார்த்தாலும் அழுதுகிட்டு, கண்ணீரை விட்டுகிட்டு, மூக்கைச் சிந்திக்கிட்டு.. ஊம்?" என்றான் பச்சாதாபமாக!

"என்னங்க செய்யறது? என்னவர் போனதுக்கப்புறம் நான் சிரிக்கவே கூடாதுன்னு என் தலையிலே எழுதியிருக்கே?" – விரக்தியுடன் கூறினாள்.

"அந்தத் தலையெழுத்தையே மாத்திடலாம் கவலைப்படாதே!" – உறுதி தொனிக்கக் கூறினான் ராதா.

"நீங்க என்ன சொல்றீங்க?" சந்தேகத்துடன் அவனைப் பார்த்தாள் தேவகி!

“தேவகி...! ஏழு கடலுக்கு அப்பாலிருக்கிற நம்ம சுகத்தைக்கூட, ஏழே நொடியிலே கொண்டுவந்து நம்மகிட்டே சேர்க்கறதுக்குன்னு ஒருவன் இருக்கான்.. ஏழுமலையான்னு பேரு. அவனுக்கு ஒரு வேண்டுதல் பண்ணிக்கோம்மா...!”

“எப்படி?”

“பாபு நல்லபடியா எழுந்துட்டான்னா, ஏழுமலையான் உண்டியல்லே ஐநூறு ரூபாய் போடறதா வேண்டிக்கோயேன்...!”

“சரிங்க!” என்று கூறிய தேவகி, உடனேயே தனது இரு கைகளையும் கூப்பி, கண்களை மூடி, “ஏழுமலையானே... என் பாபு நல்லபடியா பொழச்சு எழுந்தான்னா.. உன் உண்டியல்லே ஐநூறு ரூபாய் போடறேம்பா!” என்று மனம் உருக வேண்டிக் கொண்டாள்.

“தேவகி அந்த ஐநூறு ரூபாயில் நூறு ரூபாயை அட்வான்சா கொடு... இன்னிக்கே ஏழுமலையானுக்கு மணி ஆர்டர் பண்ணிடறேன்...!” என்று ராதா கேட்டான்.

உள்ளே சென்ற தேவகி, நூறு ரூபாயை எடுத்து வந்து ராதாவிடம் கொடுத்தாள். கோவிந்தா கோவிந்தா என்று கூறியவாறே அந்தப் பணத்தை வாங்கிக் கொண்டான் ராதா.

“தேவகி, எனக்கு இன்னொரு யோசனை தோணுது!”

“என்ன?”

“நம்ப ஊரு அம்மன் கோயில்லே போயி ‘அங்கப்பிரதட்சணம்’ பண்ணிட்டு வாயேன்!”

“போகலாம்... ஆனா...?”

“ஏம்மா...?”

“பாபு தனியா இருப்பான், இந்த நெலைமையிலே அவனை அழைச்சிட்டுப் போக முடியாது!”

“இதுக்காகவா தயங்குறே? தைரியமா போயிட்டுவா. நீ வர்றவரைக்கும் பாபுவை நான் பார்த்துக்கறேன்!”

எப்படியாவது பாபு குணமாகி எழுந்தால் போதும்; அதற்கு என்ன வேண்டுமானாலும் செய்வதற்குத் தயாராக இருந்தாள் தேவகி. அருமை மகனுக்காகத் தன் அங்க அவயவங்களையே ஏன்! உயிரையே இழக்கத் தயாராக இருக்கும் அவளுக்கு அங்கப் பிரதட்சணம் செய்யவா கஷ்டம்?

புறப்பட்டு விட்டாள் கோவிலுக்கு!
அம்மன் கோயில் குளத்தில் மூழ்கி எழுந்தாள் தேவகி. அவ்வப்போது கைகளை மேலே தூக்கிக் கும்பிட்டுத் தன் வேண்டுதலை அம்மனிடம் தெரிவித்தாள்.

கூந்தலில் நீர் சொட்டச் சொட்ட ஈர உடைகளுடன் குளத்தை விட்டு வெளியே வந்த தேவகி, அம்மன் கோயில் பிரகாரத்துக்கு வந்து ‘அங்கப் பிரதட்சணம்’ செய்தாள்.

அம்மனுக்குப் பிரார்த்தனை செலுத்த வந்த சில பக்தர்கள் ஈர உடையுடன் அவள் உருளும் காட்சியைக் கண்டு, அம்மனை மறந்து விட்டார்கள்.

அவளையே வைத்த கண் வாங்காமல் பார்த்துக் கொண்டிருந்தார்கள். அதில் வயது வித்தியாசமே இல்லை. இருபதிலிருந்து எழுபதுவரைக்கும் உள்ளவர்கள் அதில் இருந்தார்கள். இந்த ஒரு விவகாரத்தில் மட்டும் வயது வித்தியாசம் இருக்காது போலும். அவர்கள் தன்னை வேறு கோணத்தில் பார்ப்பதை அறிந்த தேவகிக்கு வயிறு எரிந்தது.

அங்கப்பிரதட்சணத்தை முடித்துக் கொண்டு அம்மனுக்கு அர்ச்சனை செய்து, உண்டியலில் பணமும் போட்டுவிட்டு அவள் திரும்பி வரும் போது, அவளது அங்கப் பிரதட்சணத்தை ரசித்தவர்களில் சிலர் இவளைப் பின் தொடர்ந்து சிறிது தூரம் வந்தனர்.

"என்ன குறையோடா இதுக்கு, பாவம்?" என்று கிண்டலாக கேட்டான் ஒருவன்.

"காதல் தோல்வியா இருக்குமோ?" கேட்டுச் சிரித்தான் இன்னொருவன். மற்றவர்களும் சிரித்தனர்.

இந்தப் பேச்சு காதில் விழுந்ததும், கோபக் கனல் வீச அவர்களைத் திரும்பிப்பார்த்தாள் தேவகி. அவள் தங்களைப் பார்ப்பதை அறிந்ததும், அந்த விடலைகள் தங்கள் பார்வைகளை வெவ்வேறுடத்துக்கு மாற்றிக் கொண்டன.

'பேடிகள்' என்று முணுமுணுத்தவாறே கோவிலை விட்டு வெளியேறினாள் தேவகி. அவர்களும் பின்தொடர்ந்து வந்தனர்.

"டேய் இன்னிக்கு கோவிலுக்கு வந்ததுக்கு 'அம்மன் தரிசனம்' ரொம்பக் குளிர்ச்சியா கிடைச்சுதுல்லே?" என்றான் ஒருவன்.

"ஆமாண்டா! இதேபோல தினமும் கிடைச்சா நான் தினமும் கோவிலுக்கு வருவேன்!" என்றான் இன்னொருவன்.

"தினமும் வர்றதா...? அம்மன் இப்படி தினமும் காட்சி தர்றதா இருந்தா நான் இருபத்துநாலு மணி நேரமும் கோவிலிலேயே இருப்பேன்" என்றான் மூன்றாமவன்.

தான் அங்கப்பிரதட்சணம் செய்ததைத்தான் அவர்கள் இப்படிப் பேசுகிறார்கள் என்பதையறிந்த தேவகி பற்களைக் கடித்தாள்.

கோவிலுக்கு வெளியே வாசலில் காலணிகளை விட்டிருக்கும் இடத்துக்குச் சென்று தனது காலணிகளை எடுத்தபோது தற்செயலாகத் திரும்பிப் பார்த்தாள். அந்த வம்புக் கூட்டம் அவள் பின்னால் நெருங்கி நின்றிருந்தது.

அவளுக்கு எதிரே ஒரு நாய் குரைத்துக் கொண்டிருந்தது. கையில் ஒரு காலணியை எடுத்த தேவகி, "ஏதாவது குரைச்சே ராஸ்கல் செமத்தியா வாங்குவே ஜாக்கிரதை!" என்று அந்த நாயைச் சொல்வதுபோல் சொன்னாள். அடுத்த நிமிடம் அந்த வம்புக் கூட்டம் மறைந்து விட்டது.

வியர்க்க விறுவிறுக்க வீட்டுக்குள் வேகமாக நுழைந்த தேவகி, பாபுவிடம் சென்று அவனது நெற்றியில் அம்மன் குங்குமத்தைப் பூசினாள். *"அம்மன் அருளால் எல்லாம் சரியாயிடும்!"* என்று ஆறுதலாகக் கூறினான் ராதா.

"ரொம்ப நன்றிங்க...!" என்று மனம் நிறைந்து சொன்னாள் தேவகி.

"இதுக்கென்னம்மா நன்றி?" என்று கேட்டவாறு ராதா புறப்படத் தயாராக எழுந்து நின்றபோது டாக்டர் வந்தார். அரைகுறைத் தூக்கத்திலிருந்த பாபு டாக்டர் வந்திருப்பதை அறிந்ததும் கண்களை விழித்துப் பார்த்தான்.

"வாங்க டாக்டர்...!" என்று வரவேற்றாள் தேவகி.

"என்னம்மா? பாபு எப்படி இருக்கிறான்?"

-டாக்டர் கேட்டார்.

"நீங்க கொடுத்த நாலு மாத்திரையினாலே நாலுநாளா நல்லா தூங்கினான். இன்னிக்கு காலையிலே சீக்கிரமா எழுந்து அந்த பன்னீர்ப் பூக்களை எண்ணியிருக்கான். அதிலே ரெண்டு பூ

தான் இருந்தது. 'நான் இனி ரெண்டு நாள் தான் இருப்பேன்'னு சொல்றான் டாக்டர்......!"

இதைச் சொல்லி முடிப்பதற்குள் தேவகிக்கு அழுகை முட்டிக் கொண்டு வந்தது.

"அப்படியா...!" புருவத்தை மேலேற்றிக் கேட்டார் டாக்டர்.

"ஆமா டாக்டர்...!"

"தேவகி... இனிமேலும் இவனுக்கு தூக்க மாத்திரை கொடுக்கறது நல்லதில்லே... அது அவன் உடம்பு – வேற வழியிலே பாதிக்கும்னு தோணுது...!" என்று கூறி நிறுத்திய டாக்டர், தொடர்ந்து, "இப்போ ஒரு இஞ்ஜக்ஷன் போட்டுட்டுப் போறேன்!" என்றார்.

இதைக் கேட்ட ராதா துள்ளிக் குதித்தான்.

"அபச்சாரம்... அபச்சாரம்! அம்மன் குங்குமம் பூசியிருக்கிறப்போ ஒரு நோயாளிக்கு ஊசி போடறதா? அபச்சாரம்!" – என்று கத்தினான்.

"என்ன மிஸ்டர்! அம்மன் குங்குமத்துக்கும், என் ஊசிக்கும் என்ன சம்பந்தம்?" என்றார் டாக்டர்.

"என்ன சம்பந்தமா? – பாபுவோட நோய் குணமாகணும்னு வேண்டிக்கிட்டு அம்மனுக்கு 'அங்கப் பிரதட்சணம்' செய்து, அவள் குங்குமத்தைப் பூசியிருக்கு, இந்த நேரத்துல ஊசி வேற போட்டா.. அம்மன் மேல் நம்பிக்கை இல்லாம செய்யறதாத்தான் அர்த்தம். இதனாலே அம்மன் கோவிச்சுக்கிட்டா என்ன ஆகும்...?" இரைந்து பேசினான் ராதா.

அவன் பேசியதைக் கேட்ட டாக்டர் சிரித்தார். தேவகி மவுனமாக இருந்தாள்.

“சரி... ஊசிபோடலே... இந்த மாத்திரையை கொடுங்க!” என்று சொல்லி தேவகியிடம் சில மாத்திரைகளைக் கொடுத்துப் புறப்பட்டார் டாக்டர். வாசல்வரை சென்றவர், ஏதோ நினைத்துக் கொண்டவராக திரும்பி வந்தார்.

“என்ன டாக்டர்?” தயங்கியவாறு கேட்டாள் தேவகி.

“ஒண்ணுமில்லேம்மா! பாபுவோட கட்டிலை அந்த ஜன்னலுக்குக் கொஞ்ச தூரத்துல தள்ளிப் போடேன்... அவன் கண்ணில் அந்த மரக்கிளை படாம இருக்கட்டும்!” – என்றார்.

இதைக் கேட்டுக் கொண்டிருந்த பாபு எழுந்து உடகார்ந்து கொண்டு, “முடியாது... முடியாது! என்னை ஏமாத்தாதீங்க... நான் அந்த பூவைப் பார்த்துட்டே இருக்கணும்!” என்று படபடப்போடு கூறினான்.

“இல்லே ராஜா... வெயில் படுமேன்னுதான் கட்டிலைத் தள்ளிப்போடச் சொன்னேன்!” -என்றார் டாக்டர்.

“இல்லே... இல்லே என் பார்வையிலிருந்து அந்தப் பூவை மறைக்கப் பார்க்கிறீங்க... மாட்டேன்... நான் வேறு இடத்துல படுக்க மாட்டேன்!” என்று கூறிக் கொண்டு அழ ஆரம்பித்தான் பாபு!

“சரிப்பா இஷ்டப்படியே படுத்துக்கோ!” என்று கூறிவிட்டு டாக்டர் புறப்பட்டார். அவருடன் ராதாவும் புறப்பட்டான். அவர்களை வழியனுப்ப தேவகியும் சென்றாள்.

டாக்டரைப் பார்க்கப் பார்க்க இப்போது பாபுவுக்கு எரிச்சல் வந்தது. ‘கட்டிலைத் தள்ளிப் போடணுமாமே தள்ளி’ என்று

கருவியவாறு அவர் கொடுத்துச் சென்ற மாத்திரைகளைத் தூக்கி ஜன்னல் வழியாகக் கோபத்துடன் வீசி எறிந்தான்!

அன்று இரவு!

திவாகரின் படத்துக்கு பூ வைத்து வணங்கி விட்டு பாபுவின் கட்டிலில் வந்து உட்கார்ந்தாள் தேவகி. அவளது நடவடிக்கைகளைக் கவனித்துக்கொண்டிருந்த பாபு மெல்லச் சிரித்தான். அவன் சிரிப்பதைக் கண்ட தேவகிக்கு என்னவோ போலிருந்தது.

இந்த ஒரு வாரகாலமாக அவன் முகத்தில் சிரிப்பையே பார்க்காதவள் அவள். வாடிய முகம். வெடிப்பு விழுந்திருந்த உதடுகள், விரக்தியான தோற்றம். விவரம் புரியாத பேச்சு இவற்றைத்தான் கடந்த ஐந்தாறு நாட்களாக அவ்னிடம் அவள் கண்டிருக்கிறாள்.

ஆனால், இப்போது.. வெள்ளை மலராகச் சிரிக்கிறானே... ஒருவேளை இது... இறுதி நேரத்துத் தெளிவா? அணையப்போகும் விளக்கு சுடர்விட்டுப் பிரகாசிக்குமாமே. அதுபோலவா பாபுவின் இந்தச் சிரிப்பு?

இப்படியெல்லாம் அந்த ஓரிரு வினாடிகள் நினைத்த தேவகிக்கு வயிற்றைக் கலக்கியது! ‘இறைவா... என் பாபுவை என்னை விட்டுப் பிரித்து விடாதே’ என்று கண்களை மூடியபடி பிரார்த்தித்துக் கொண்டாள்.

அவள் கண்களைத் திறந்த போது, மீண்டும் சிரித்தான் பாபு. அவளுக்கு பயமும் பதட்டமும் அதிகமாகியது.

“என்ன பாபு சிரிக்கிறே?” – பயத்தை மறைத்துக் மறைத்துக் கொண்டு கேட்டாள் அவள்.

“ஒண்ணுமில்லேம்மா...!” சிரித்தபடியே பதில் கூறினான் அவன்.

“இல்லே... ஏதோ நினைக்கிறே...!”

“அப்பாவை நினைச்சேன்...!”

“என்ன நினைச்சே?”

“இந்த அப்பா ரொம்ப மோசம்மா!”

“பாபு...!”

“ஆமாம்மா! இந்த ஒரு வாரமா நான் பார்க்கிறேனே... சதா நீ அழுதுகிட்டே இருக்கே... நீ அழறதப் பார்த்து நான் அழறேன்.. இப்படி நாம ரெண்டு பேரும் அழுதுட்டிருக்கறப்போ... இந்த அப்பாவைப் பாரேன்... எப்ப பார்த்தாலும் சிரிச்சிட்டே இருக்கார்...!”

-அப்பாவின் படத்தைச் சுட்டிக் காட்டினான் பாபு. அவன் காட்டிய இடத்தில், சுவரில் சிரித்த முகத்தோடு படத்தில் இருந்தான் திவாகர்.

பாபுவின் பேச்சைக் கேட்டு அழுவதா சிரிப்பதா என்று தெரியவில்லை தேவகிக்கு.

”சேச்சே... அப்படியெல்லாம் சொல்லாதே கண்ணா. உன் அப்பா ரொம்ப நல்லவர். அவர் மாதிரி. நல்லவங்களை பார்க்கறதே அபூர்வம்... நமக்குத் தான் அவரோட சந்தோஷமா இருக்கக் கொடுத்து வைக்கலே!” என்றாள் உணர்ச்சி வசப்பட்டவளாக.

இதைச் சொன்னபோது தேவகியின் மனத் திரையில் பழைய நிகழ்ச்சிகள் ஒவ்வொன்றாக வந்து தோன்றி மறைந்தன.

கல்லூரியில் முதன்முதலில் திவாகரை அவள் சந்தித்தது – இலக்கியக் கூட்டங்களில் அவளும், அவனும் பேசியது — அப்புறம் காதல் ஏற்பட்டது தனிமையில் சந்தித்தது பூப்போல கன்னம் பாட்டுப் பாடியது – எதிர்ப்பைத் தூளாக்கித் திருமணம் செய்தது – பாபு பிறந்தது – திவாகர் விபத்தில் இறந்தது;

இப்படி ஒவ்வொன்றாக எண்ணிப்பார்த்த தேவகியின் கண்களில் நீர் முத்துக்கள் திரண்டன. அதில் ஒன்று பாபுவின் மணிக்கட்டில் விழுந்து தெறித்தது!

"ஏம்மா அழறியா...?" பாபுவின் குரல் கேட்டு, பழைய நினைவுகளிலிருந்து விடுபட்ட தேவகி, அவசரமாகக் கண்களைத் துடைத்துக் கொண்டு, *"இல்லே கண்ணா!"* என்றாள்.

"அழாட்டிக் கூட ஒனக்கு கண்ணீர் வருமாம்மா?" – என்று கேட்டவாறே, தேவகியின் கண்ணீரைத் தன் மணிக்கட்டிலிருந்து துடைத்தான் பாபு!

இப்படித்தான் சில நேரங்களில் தன் வயதுக்கும், அறிவுக்கும், அனுபவத்துக்கும் அப்பாற்பட்டு சில வார்த்தைகளை பாபு பேசுகிறான். அந்த நேரத்திலெல்லாம் தேவகி எவ்வளவு குளிர்ந்து போயிருக்கிறாள்! இப்போதும் அப்படித் தான்! பூரித்துப்போன தேவகி, கையை எடுத்து ஒரு முத்தமிட்டாள்.

"அம்மா!"

"என்ன ராஜா?"

"அப்பா ஏம்மா, நம்மை விட்டுட்டு தனியா போயிட்டாரு...?"

"ஹூம்! போயிடடாரேடா... போயிட்டாரே...?'

“நம்மை ஏம்மா கூட்டிட்டு போகலே?”

“கூட்டிட்டு போற எடத்துக்கு அவர் போகலேப்பா... நம்மை கூட்டிட்டு போக முடியாத இடம் அது!”

“நாமே அப்பாகிட்டே போயிட்டா என்னம்மா?’

பாபு இப்படிக் கேட்பான் என்று அவள் கொஞ்சமும் எதிர்பார்க்கவில்லை. ஆனால் கேட்டுவிட்டானே! எவ்வளவு பெரிய விஷயத்தை எவ்வளவு வெகுளித்தனமாகக் கேட்கிறான்?

“நாமும் ஒரு நாளைக்கு அவர் கிட்ட போவோம் ராஜா!” – அவனை அணைத்துக்கொண்டாள் தேவகி.

“என்னிக்கும்மா?” – அவன் விடவில்லை. அவனது இந்தக் கேள்விக்கு தேவகி என்ன பதில் சொல்வாள்?

பேசாமல் இருந்தாள்.

“என்னிக்கும்மா போவோம்?” – மீண்டும் கேட்டான்.

பாபுவின் இந்தக் கேள்விக்கு தேவகியிடம் ஏற்கனவே பதில் இருக்கிறது. இரண்டு நாட்களுக்கு முன்பே அந்தபதிலை அவள் தயார் செய்துதான் வைத்திருக்கிறாள். பாபுவுக்கு ஏதாவது ஆகி, அவன் அவளைவிட்டு அவனது அப்பாவிடம் என்றைக்குப் போகிறானோ... அன்றைக்கே அவளும் ஏதாவது செய்து கொண்டு திவாகரின் காலடிக்குப் போய் விடுவது என்று தீர்மானம் செய்து வைத்திருக்கிறாள். ஆனால் அதை இப்போது எப்படி பாபுவிடம் சொல்வாள்? சொல்லக்கூடிய சங்கதியா இது?

“பாபு அதெல்லாம் இருக்கட்டும், பேசாம தூங்குடா நேரமாயிடுச்சி...!” என்று சொல்லி அவனுக்கு அருகில் படுத்துக் கொண்டாள்.

“சொல்லமாட்டியாம்மா..?” – பரிதாபமாகக் கேட்டான் பாபு.

“நேரம் வரும்போது சொல்றேண்டா.. இப்ப நீ தூங்கு!” அவனைச் சேர்த்து அணைத்துக் கொண்டாள். அவன் முதுகில் தட்டிக் கொடுத்துக் கொண்டே இருந்தாள். சிறிது நேரத்தில் அவனும் தூங்கிவிட்டான், தேவகியும் தூங்கி விட்டாள்.

தூரத்தில் ரயில் ஓடுகின்ற சத்தம் தாள லயத்தோடு கேட்டது. அருகாமையில் சென்று கொண்டிருந்த ஒரு வண்டியின் சத்தம் ‘கட கட’ என்றும், வண்டியை இழுத்துச்சென்ற மாடுகளின் கழுத்து மணியின் ‘கண கண’ என்ற சத்தமும் தெளிவாக வந்தது. வீட்டுக்கு எதிர்த் தெருவில் உள்ள பொது தண்ணீர்க் குழாயில் கூட்டம் கூடிவிட்டது என்பதை அங்கிருந்து எழுந்த ‘சள சள’ பேச்சுக்கள் காட்டின. குடங்களைத் தேய்க்கும்போது ஏற்படும் ‘கர், கர்’ என்ற சத்தமும், அவற்றைத் தூக்கி வைக்கும் போது ஏற்படும் ‘ணங்’ என்ற சத்தமும் துல்லியமாகக் காதில் விழுந்தது. அவ்வப்போது அறைக்குள் வீசிய குளிர் காற்றும், பொழுது புலர்ந்துவிட்டது என்பதை உணர்த்தியது.

பின்னிரவு நேரத்திலேயே தூக்கத்துக்கு விடை கொடுத்தனுப்பியிருந்த தேவகி; மெள்ளப் படுக்கையிலிருந்து எழுந்து மணியைப் பார்த்தாள். நாலு.

அருகே படுத்திருந்த பாபுவைப் பார்த்தாள். கழுத்துவரையில் போர்வையால் மூடி, கன்னத்தில் கை வைத்தபடி நிம்மதியாகத் தூங்கிக்கொண்டிருந்தான். மூச்சு விடும்போது அவன் நெஞ்சு ஏற்படுத்தும் அசைவைப் பார்த்து ஆனந்தம் அடைந்தாள் தேவகி. அந்த அசைவு நீடிக்கத்தானே அவள் அத்தனை பாடுபட்டுக் கொண்டிருக்கிறாள்?

இன்றைய விடியல் நல்லதாக இருக்கட்டும் என்று எண்ணியவளாகக் கட்டிலைவிட்டு இறங்கிச் சென்றாள் தேவகி..

குளித்து முடித்து வந்து பூஜை அறையில் தேவகி சாமி கும்பிட்டுக் கொண்டிருந்த போது பாபு விழித்துக் கொண்டான். கட்டிலில் தன்னருகே படுத்திருந்த அம்மாவைக் காணோமே என நினைத்து *'அம்மா!'* என்று குரல் கொடுத்தான்!

"என்ன பாபு?" என்றவாறே பூஜை அறையினின்றும் வெளியே வந்தாள் தேவகி.

குளித்து முடித்த கோலத்தில் பளிச்சென்று அந்த அதிகாலை நேரத்தில் வந்து நின்ற தேவகியைப் பார்த்துக் கொண்டே இருந்தான் பாபு!

"என்ன பாபு?" – மீண்டும் கேட்டாள் அவள்!

"ஜன்னலைத் திறம்மா!" – கையைக் காட்டினான் அவன். 'பக்' என்று ஆகிவிட்டது அவளுக்கு! *"காலையிலேயே என்னப்பா... இன்னும் கொஞ்ச நேரம் தூங்கு!"* போர்வையை அவன் மீது நன்றாகப் போர்த்த முயன்றாள் தேவகி!

ஆனால் பாபு. எழுந்து உட்கார்ந்து கொண்டான்!

"ஏம்மா...ஜன்னலைத் திறக்க மாட்டேங்கறே...?"

"அப்புறமா திறக்கிறேண்டா!"

-அவள் சொல்வது அவனுக்குப் பிடிக்கவில்லை என்பது அவன் முகம் கோணலானதிலிருந்து தெரிந்தது. சிறிதுநேரம் கட்டிலிலேயே உட்கார்ந்திருந்தான் பாபு.

பிறகு, அவனாகவே கீழே இறங்கிச் சென்று ஜன்னலைத் திறந்தான். வெளியே பன்னீர் மரக்கிளை பனித்துளிகளால் நனைந்து நின்றது.பாபு கூர்மையாகப் பார்த்தான். அவன் முகத்தில் சிறிதுமாற்றம்!

"அம்மா... இதப்பார்த்தியா...?"

-அசைவற்று நின்றிருந்த தேவகி, பாபுவின் குரல் கேட்டு அவனருகில் சென்றாள்.

"இதோ... பாரும்மா.. ஒரே ஒரு பூ தான் இருக்கு...!" -பாபு விரக்தியாகக் கூறினான். ஜன்னல் வழியாக அந்தப் பன்னீர் மரக்கிளையை தேவகியும் பார்த்தாள். ஒரே ஒரு மலர் தான் இருந்தது. அவள் மனம் தத்தளித்தது.

பாபு சொல்வதுபோலவே இந்தப் பூக்களும் உதிர்ந்து வருகின்றனவே... இறுதிமலர் உதிரும் போது என் பாபுவும் இவ்வுலக வாழ்விலிருந்து உதிர்ந்துவிடுவானோ என்று நினைத்து நெஞ்சு நடுங்கினாள் அவள்.

"ஏம்மா, அப்படியே நிக்கிறே...?" – அவள் கையைப் பிடித்தான் பாபு!

"எனக்கு ஒண்ணுமே புரியல்லேடா... !"

"எதும்மா புரியல்லே? இன்னுமா புரியலே உனக்கு? – இதோ பார்... இந்தக் கிளையிலே ஒரே ஒரு பூதானே இருக்கு? எனக்கும் இன்னும் ஒரே ஒரு நாள் தான் இருக்கு....!*"*

"பாபு...!" – அலறினாள் தேவகி!

"ஆமாம்மா! ஒரேநாள்... இன்று பகல், இன்று இரவு ... அவ்வளவு தான் நாளை காலையில் நான் இருக்க மாட்டேன்...!"

“ஐயோ பாபு... என்னைக் கொல்லாதேடா!” என்று கூவியவாறு பாபுவைத் தூக்கித் தன் நெஞ்சோடு அணைத்துக் கொண்டாள் தேவகி.

“இன்னிக்கு காலையிலே நீ தூக்கறே... நாளைக்கு காலையிலே அந்தத் தேவதை வந்து என்னைத் தூக்கிட்டுப் போயிடும்...!”

மேற்கொண்டு பேசவிடாமல் பாபுவின் வாயைத் தனது கையால் பொத்திக் கொண்டாள்.

பாபுவின் உடலில், அப்போது காய்ச்சல் சற்று அதிகமாக இருப்பதாகத் தோன்றியது அவளுக்கு. அவனைக் கொண்டு வந்து கட்டிலில் படுக்கவைத்து, சட்டைக்குள் கை விட்டு தொட்டுப் பார்த்தாள். காய்ச்சல் கடுமையாகத் தான் இருந்தது. ‘இன்று ஒரு நாள் தான்’ என்று பாபு சொன்னதையும், அவனுக்கு திடுமென்று காய்ச்சல் அதிகரித்திருப்பதையும் முடிச்சுப் போட்டுப் பார்த்த அந்த அப்பாவியின் இதயத்தில் ஆயிரம் இடிகள் விழுந்தது போன்ற அதிர்ச்சி! வேகமாகக் கீழே ஓடிச் சென்று டாக்டருக்கு போன் செய்தாள்.

மீண்டும் அவள் மேலே ஓடி வந்த போது கட்டிலில் படுத்திருந்த பாபு முனகிக் கொண்டிருந்தான். அவனருகே வந்து உட்கார்ந்த தேவகி, “என்ன பாபு... உடம்புக்கு என்ன செய்யுது?” என்று அழுதுகொண்டே கேட்டாள்.

“ஒண்ணுமில்லேம்மா...!” – அந்தப் பக்கமாகத் திரும்பிப் படுத்துக்கொண்டான் அவன்.

உடனேயே, மீண்டும் தேவகியின் பக்கம் திரும்பி அவளைப் பார்த்தான்.

“என்னடா கண்ணா?”

“அம்மா... ஆர்டிஸ்ட் மாமா... ரகு மாமாவைப் பார்க்கணும்போல ஆசையா இருக்கும்மா...!”

“அவர் இங்கே இல்லியேடா...!”

“எங்கே இருந்தாலும் கூட்டிவாம்மா... நான் கண்டிப்பா அவரைப் பார்க்கணும்மா...!” – என்ன செய்வதென்று புரியாமல் அவள் தவித்துக்கொண்டிருக்கும்போது டாக்டர் வந்தார்.

பாபுவின் உடலைத் தொட்டுப் பார்த்த டாக்டர் சிறிது நேரம் சிந்தனை செய்கிறார். அவரது சிந்தனையைக் கண்ட தேவகி பதறுகிறாள்.

“என்ன டாக்டர் என்ன யோசிக்கிறீங்க...?”

பதட்டத்துடன் கேட்கிறாள்.

“ஒண்ணுமில்லேம்மா காய்ச்சல் கொஞ்சம் அதிகமாகியிருக்கு... அவ்வளவுதான். பயப்படறதுக்கு ஒண்ணுமில்லே...!” – என்று கூறிய டாக்டர், பாபுவின் நாடித் துடிப்பைப் பார்க்கிறார்.

பிறகு தேவகியை அழைத்துக் கொண்டு, தனியே வருகிறார்.

“ஏம்மா பாபு பயந்திருக்கான் போல தெரியுதே...!”

”எனக்கு ஒண்ணும் தெரியலே டாக்டர்... காலையிலே எழுந்து இந்தக் கிளையிலே பூவை எண்ணிப்பார்த்தான். அதுலே ஒரே ஒரு பூதான் இருந்தது. அதைப் பார்த்ததிலிருந்து, ‘இன்னும் ஒரு நாள் தான் இருப்பேன் ... ஒரே நாள் தான் இருப்பேன்’னு சொல்லிகிட்டிருந்தான்!” கலக்கத்து_ன் கூறினாள் தேவகி.

“ஓ...அப்படியா...?” என்று கேட்ட டாக்டர் சிறிது நேரம் மவுனமாக இருந்தார்.

பாபு கனவு கண்ட விஷயத்திலிருந்து பூக்கள் உதிர்வது வரை எல்லாவற்றையும் தான் ஏற்கனவே டாக்டரிடம் தேவகி சொல்லியிருக்கிறாளே!

கொஞ்சநேரம் கழித்து டாக்டர், “தேவகி....! பாபுவுக்கு இருப்பது உடல் நோயே அல்ல! மன நோய்தான் இருக்கு, ஏதேதோ நினைச்சு பயந்துக்கிட்டே இருக்கான். அவனுக்கு மருந்து தேவையில்லே... மன தைரியம் தான் வேண்டும்... அதனாலே அடிக்கடி அவனுக்குத் தெம்பு ஊட்டிக் கிட்டே இருந்தா சரியாகும்னு நினைக்கிறேன்...” என்றார்.

“நான் என்ன செய்யணும்?” ஆர்வத்துடன் கேட்டாள் தேவகி.

அவளது காதோடு காதாக ஏதோ ஒன்றை ரகசியமாகக் கூறினார் டாக்டர். அவர் கூறியதைக் கேட்டதும், வாட்டத்திலேயே மூழ்கிக் கிடந்த தேவகியின் வதனத்தில் ஒரு சிறு மலர்ச்சி!

கட்டிலில் கிடந்த பாபு, கண்களை மூடிய நிலையிலேயே “ரகு மாமா, ரகு மாமா” என்று புலம்புவதை டாக்டரும் தேவகியும் கவனித்தனர்.

“நீ போயி... ரகுவைக் கூட்டிவாம்மா... அது வரையில் பாபுவை நான் பார்த்துக்கிறேன்!” என்றார் டாக்டர்.

பாபு தூங்குவதற்காக ஒரு ஊசியும் போட்டார்.

“டாக்டர்... இதுதான் நீங்க எனக்குப் போடுற கடைசி ஊசி! நாளைக்கு நீங்க எனக்கு ஊசிபோட முடியாது. ஊசி போடாமலே நான் தூங்குவேன்!”’- என்றான் பாபு.

இதைக் கேட்ட தேவகி, “ராஜா, என் கண்ணே! அப்படியெல்லாம் சொல்லாதேடா” என்று கூறினாள்.

“ரகு மாமாவை எங்கேம்மா...?”

-ஆசை பொங்கக் கேட்டான் பாபு!

“இதோ போயி கூப்பிட்டு வர்றேம்பா...!” என்று கூறிப்புறப்பட்டாள் தேவகி!

மத்திய சிறைச்சாலை! ரகுவும், மற்ற ரிமாண்ட் கைதிகளும் எதிரும்புதிருமாக அமர்ந்து, ஒருவர் முகத்தை ஒருவர் பார்த்துக்கொண்டு உட்கார்ந்திருக்கிறார்கள். குற்றம் செய்துவிட்டு வந்தவர் யார்? குற்றம் செய்யாமலே வந்தவர் யார் என்று கண்டுபிடிக்க முடியாதபடி, அனைவரது முகத்திலும் கவலை, சிந்தனை ஆகியவை விரவிப் பரவிக் கிடக்கின்றன. தோள் கொடுக்கும் தோழனாக நாம் கருதுகிற சிலர் கால்வாரும் துரோகிகளாகத் தங்களைக் காட்டிக்கொள்கிறார்களே; அவர்கள் அப்படிப்பட்டவர்கள் என்று ஆரம்பத்தில் கண்டுபிடிக்கவா முடிகிறது?
“ரகு.. ரகு...” – ஜெயில் வார்டரின் குரல் கேட்டு, ரகு உட்பட அனைவருமே ஏறிட்டுப் பார்த்தனர்.

“ரகு யாரப்பா...?’ கிட்டே வந்த வார்டர் கேட்டார்

”நான்தான் சார்!” – என்றவாறு பணிவுடன் எழுந்து நின்றான் ரகு!

“தேவகி என்ற பெண் உன்னை ‘இண்டர்வியூ’ பார்க்க வந்திருக்கு!”

-இதைக் கேட்ட ரகுவின் முகம் கொள்ளை மகிழ்ச்சியுடன் மலர்கிறது

வார்டர் முன்னே நடக்க. ரகு பின்னால் நடக்கிறான்.

“யாரப்பா அது, உன் மனைவியா?”- மற்ற கைதிகளில் ஒருவன் ரகுவிடம் கேட்க, ஒரு புன்னகையை மட்டும் பதிலாகத் தந்துவிட்டு நடக்கிறான் ரகு.

தூரத்தில் ரகு வருவதைக் கண்டதுமே, தான் அமர்ந்திருந்த இடத்திலிருந்து ஆவலுடன் எழுந்து நின்றாள் தேவகி. அவன், அவளை நெருங்க நெருங்க அவளுக்குத் தவிப்பும், பதட்டமும் அதிகமாகியது. கண்களின் நுனியில் கண்ணீர்த்துளி திரண்டு நின்றது.

தேவகியை ஒட்டி நின்ற ரகு. அவளையே பார்த்துக் கொண்டிருந்தான். அதே போல் தான் தேவகியும். சில நிமிடங்கள் அங்கு அமைதி அரசாட்சி செய்தது. என்ன பேசுவது என்று தெரியாமல் உணர்ச்சியின் உச்சநிலையில் அவர்கள் இருவரும் ஒருவருக்கொருவர் பார்த்துக் கொண்டிருந்தனர். கண்களும், இதழ்களும் துடித்தனவே தவிர வார்த்தைகள் யாருக்கும் வரவில்லை.

தொண்டையைக் கனைத்துக் கொண்ட ரகு. “பாபு எப்படி இருக்கான்?” என்று கேட்டான். அவன் ஆண்பிள்ளை அல்லவா? துக்கத்தை அடக்கி வைக்க அவனால் முடிந்தது.

அவன் கேட்ட அந்த முதல் கேள்வியின் மூலம், பாபு மீது ரகு எத்தனை அன்பு வைத்திருக்கிறான் என்பதை அறிந்த தேவகிக்கு அழுகை பீறிட்டுக் கிளம்பியது. இன்னும் சில வினாடிகளில் அவள் கதறியழுது விடுவாள் என்றறிந்த ரகு. “இங்கே அழறது அழகில்லே! ஏன் அழணும்?” என்றான். அப்படிச் சொல்லும் போது அவன் கண்களும் நீரைக் கொட்டத்தான் செய்தன.

“எனக்காக..... நீங்க இந்தக் கோலத்தில் இவ்வளவு கஷ்டப்படறீங்களே.....?” நெஞ்சு நெக்குருகக் கூறினாள் தேவகி.

“அதைப்பற்றி இப்போ பேசறது உசிதமில்லே.. பாபு எப்படியிருக்கான்? உடம்பு தேவலையா?”

“அவனுக்குக் காய்ச்சல் அதிகமாகியிருக்கு! பாழாப்போற அந்தப் பன்னீர் மரக் கிளையிலே ஒரே ஒரு பூதான் இப்போ இருக்கு. அது விழுந்ததும், நானும் செத்திடுவேன்னு அவன் சொல்லிக்கிட்டே இருக்கான்.. எனக்கென்னமோ பயமாயிருக்கு...!” திக்கித் திணறி, தட்டுத் தடுமாறி நா தழுதழுக்க இதைக் கூறி முடிக்க தேவகி மெத்தவும் சிரமப்பட்டுவிட்டாள்.

“இந்த நேரத்திலே உங்களைக் கூட்டிவரச் சொல்லி என்கிட்ட ரெண்டு மூணு தடவை சொல்லிட்டான்.....!”

தொடர்ந்து, ரகுவின் முகத்தைப் பார்த்தாள் தேவகி.

“ஐயோ...... இது என்ன சோதனை?” என்று தனக்குத்தானே கூறிக்கொண்ட ரகு, “இனி அவனுக்கு எந்தச் சிகிச்சையுமே இல்லியா?” என்று தேவகியிடம் கேட்டான்.

“இருக்கு......கடைசி முயற்சி!” என்ற தேவகி, சுற்றுமுற்றும் ஒருமுறை பார்த்து ஆட்கள் யாரும் இல்லை என்று தெரிந்துகொண்டு, தனது மடியிலிருந்து ஒரு கடிதத்தை எடுத்து ரகுவிடம் கொடுத்தாள்.

“இந்த கடிதத்திலே விவரம் இருக்கு!” என்று அவள் சொல்வதற்கும், வார்டர் வந்து. ‘நேரம் முடிந்து விட்டதம்மா’ என்று சொல்லி நிற்பதற்கும் சரியாக இருந்தது. கண்கள் சந்தித்து கண்ணீரை வெளிப்படுத்தி இருவரும் விடைபெற்றனர்.

சிறைச்சாலைக்குள் வந்த ரகு, அவசர அவசரமாக அந்தக் கடிதத்தை – தேவகி தந்த கடிதத்தைப் படிக்கிறான். அவனுடைய புருவங்கள் மேலேறுகின்றன. முகத்தில் ஒரு மலர்ச்சி இழையோடுகிறது. அப்படியே மேலும் கீழும், சுவர்ப் பகுதிகளை அவனது கண்கள் வட்டமிடுகின்றன. வெளியே பெரும் புயல் வீசுகிறது. 'பேய்த்தனமான' இரைச்சலுடன் மழை கொட்டுகிறது. அடிக்கடி இடி முழக்கங்கள் எழுந்த வண்ணமிருக்கின்றன.

இந்தக் கோரக் காற்றில், தேவகி வீட்டில் தொங்கிக்கொண்டிருந்த அலங்கார விளக்குகள் அப்படியும், இப்படியுமாக ஆடுகின்றன. சுவரில் மாட்டப்பட்டிருந்த படங்கள் 'டக்டக்' என்று சுவரில் மோதிக்கொள்கின்றன. திறந்து வைக்கப்பட்டிருந்த ஜன்னல் வழியாக மழைச் சாரல் உள்ளே தெறிக்கிறது. படுக்கையிலிருந்து தேவகி எழுந்து சென்று ஜன்னலை மூடுகிறாள்.

"ஜன்னலை ஏம்மா சாத்தறே?" பாபுவின் குரல் கேட்டுத் திடுக்கிட்டுத் திரும்புகிறாள் அவள். பாபு, படுத்த நிலையிலேயே தலையை மட்டும் தூக்கிப் பார்த்தபடி இருக்கிறான்

"ஏம்மா... நீ ஜன்னலை சாத்தினா மட்டும் அந்தப் பூ விழாதாக்கும்?" என்று கேட்ட பாபு...ஏதோ ஒரு விரக்தி படிந்த சிரிப்பை அவள் மீது வீசுகிறான். ஓடி வந்து அவனைச் சேர்த்து அணைத்துக்கொண்ட தேவகி, "கண்ணா தூங்கு கண்ணா... மழைச்சாரல் அடிக்குது. அதனாலதான் சாத்தினேன்!" என்று கெஞ்சுகிறாள்.

"அம்மா...இன்னிக்கு உன் மடியில தலைவச்சிப் படுத்திருக்கணும்னு ஆசையா இருக்கும்மா...!" அழாத குறையாகக் கேட்கிறான் பாபு!

“படுத்துக்கோ ராஜா!” – அவனது தலையைத் தன் மடியில் வைத்துக் கொண்ட தேவகி, அப்படியே தலையை வருடியவாறே கண்களை மூடுகிறாள். அடுத்த வினாடியே அவளது மனக்குதிரை எங்கெங்கோ ஓடுகிறது.

பாபு இறந்து விட்டதைப் போலவும். அவனைக் குளிப்பாட்டுவதைப் போலவும், பாடையில் கிடத்தி தூக்கிச் செல்வதைப் போலவும், இவள், பின்னாலேயே ஓடிச்சென்று தரையில் விழுந்து புரண்டு அழுவது போலவும், பாபுவின் சிதை எரிவது போலவும்...

-இத்தனை அவலக் காட்சிகளையும் அந்த ஓரிரு நிமிடங்களில் தேவகி நினைத்துப் பார்த்து விட்டாள்.

‘பளிச்பளிச்’ என்று மின்னிய மின்னல்களைத் தொடர்ந்து மட மட வென்று பெரிய மரம் சாய்வது போல இடிமுழக்கம் கேட்டுத் திடுக்கிட்டுத் தன் நினைவுக்கு வந்த தேவகி தன் மனதில் நிழலாடிய அவலக் காட்சிகள் நினைவுக்கு வந்தவளாக பதறித் துடித்து பாபுவைப் பார்க்கிறாள். அவன் அயர்ந்து தூங்கிக் கொண்டிருக்கிறாள். அவனது மூக்கின் அருகே கையை வைத்துப் பார்த்தாள், மூச்சு வந்தது. நிம்மதியுடன் பெருமூச்சு விட்டுக் கொண்டாள்.

இத்தனை புயலுக்கும். மழைக்கும், இடிக்கும் ஈடு கொடுத்தபடி, அந்தக் காரிருளைக் கிழித்துக்கொண்டு- சிறையிலிருந்து தப்பிய ரகு ஓடிக்கொண்டிருந்தான். சொட்டச் சொட்ட நனைந்தபடி தனது ஓவியக்கூடத்துக்குள் நுழைந்த ரகு, உட்பக்கமாகக் கதவைத் தாளிட்டுக்கொண்டு விளக்கைப் போட்டான். உடம்பிலிருந்த ஈரத்தை ஒரு துண்டால் ஓரளவுக்குத் துடைத்தவன் கண்களும், கைகளும் எதையோ தேடின.

ஓவியம் வரைய உதவியாக இருக்கும் ஒரு வெள்ளை நிற பிளாஸ்டிக் தகட்டை எடுத்தான். அத்தோடு ஒரு கத்திரியையும்

எடுத்து மளமளவென்று அப்படியும் இப்படியுமாக அந்தப் பிளாஸ்டிக் தகட்டை வெட்டினான். அவற்றில் ஒவ்வொரு துண்டாக எடுத்து அப்படியும் இப்படியுமாக ஓட்டினான்.

இப்போது, வெள்ளை வெளேர் என்று ஒரு பன்னீர்ப் பூ பிளாஸ்டிக் பூ அவனது கையில் இருந்தது. மிக்க மகிழ்ச்சியுடன் தொடர்ந்து அவன் கைகள் பரபரவென்று இயங்கின. இரண்டு மணி நேரத்துக்குள் நூறு பூக்கள் தயார்.

அடுத்து மெல்லிய நீண்ட கம்பி ஒன்றை எடுத்து ஒரு சாண் அளவுக்கு நூறு கம்பிகளாக வெட்டினான். ஒவ்வொரு கம்பிக்கும் ஒவ்வொரு பூவைப்பொருத்தி ஒட்டினான். கம்பியில் பொருத்தப்பட்ட பிளாஸ்டிக் பூக்களை எடுத்துக் கொண்டு, கதவைத் திறந்து வெளியே வந்தான்.

மீண்டும் மழையில் நனைந்தபடி, காற்றுக்கும் ஈடு கொடுத்து தேவகி வீட்டுப் பலகணிக்கு அருகேயுள்ள பன்னீர் மரத்தடிக்கு வந்தான் ரகு. கொஞ்சம் நிதானித்து நின்று நாலா திசையிலும் பார்த்து விட்டு மளமளவென்று அந்த மரத்தில் ஏறிய ரகு, ஜன்னலை ஒட்டி நின்ற கிளைக்குச் சென்று தான் கொண்டு வந்திருந்த அத்தனை பூக்களையும் அந்தக் கிளையில் அங்கொன்றும், இங்கொன்றுமாகக் குத்திவைத்தான்.

குளிர் நடுக்குகிறது பற்கள் ஒன்றோடொன்று இடித்துக் கொள்கின்றன. மரக்கிளையைக் கெட்டியாகப் பிடித்துக் கொள்கிறான் ரகு. கிளையின் அசைவுச் சத்தம்? தூங்காமல் விழித்துக் கொண்டிருந்த தேவகியின் காதில் விழவே, மெள்ள வந்து ஜன்னலைத் திறந்து பார்க்கிறாள். உடலெல்லாம் நடுங்க மரத்தில் உட்கார்ந்து, காரியத்திலேயே கண்ணாயிருக்கிறான் ரகு. அவளுடைய மகனுக்காக அவன் படும் பாட்டைப் பார்த்து அவளது மனம் கசிகிறது.

வெற்றிகரமாக காரியத்தை முடித்துவிட்ட திருப்தியில் மரத்திலிருந்து கீழே இறங்கினான் ரகு. தரையில் கால்பதித்து ஓரடிவைத்திருப்பான்.. அப்படியே சுவரில் சாயந்து தரையில் உட்கார்ந்து விட்டான். அவனால் நடக்கமுடியவில்லை. ஜன்னல் வழியாக பார்த்துக் கொண்டிருந்த தேவகி, கீழே ஓடிவருகிறாள்.

தன்னை யாரோ தொட்டுத் தூக்குவதை உணர்ந்த ரகு திடுக்கிட்டுப் போனான். போலீசுக்குத் தப்பி வந்திருப்பவனாதலால் அவனுள் இருந்த பயம் அப்படி அவனைத் திடுக்கிட வைத்தது. ஆனால் தன் உடம்பில் பதிந்த கையைத் தடவிப் பார்த்தபின்தான், அது ஒரு பெண்ணின் கை என்பதையறிந்தான்.

“தேவகி...!” என்று மெதுவாக அழைத்தபடி அவள் முகத்தைப் பார்த்தான். ‘ஆமாம்’ என்பதுபோலத் தலையாட்டிய தேவகி, அவனை அப்படியே கைத்தாங்கலாக அழைத்துக்கொண்டு மாடிக்கு வந்தாள்.

தேவகியும், அவளது தோளில் சாய்ந்தபடி ரகுவும் செல்வதை அவர்கள் அறியாமல் – கண் கொட்டாமல் பார்த்துக்கொண்டே இருக்கிறான் ராதா.

மாடியில் ஒதுக்குப் புறமாக இருந்த படுக்கை அறைக்குள் ரகுவை அழைத்துச் சென்று நாற்காலியில் உட்கார வைத்தாள் தேவகி.

கொடியில் கிடந்த ஒரு டவலை எடுத்துக் கொண்டு அவனிடம் ஓடிவந்த அவள், அவனது தலையைத் துடைப்பதற்காக வேகமாகக் கையைக் கொண்டு போனாள். அடுத்த வினாடியே ‘சடக்’ கென்று கையைப் பின்னுக்கு இழுத்துக் கொண்டு, டவலை அவனிடம் தந்தாள். அவன், டவலால் தலையைத் துவட்டத் தொடங்கினான்.

அங்கிருந்த பீரோவைத் திறந்த தேவகி ஒருகணம் அப்படியே நின்றாள். அதில் அவளது கணவன் திவாகரின் சில உடைகள் அவன் நினைவாக இருந்தன. அதை எடுத்து ரகுவுக்குக் கொடுப்பதா வேண்டாமா என்று அவள் மனம் ஊசலாடிக் கொண்டிருந்தது. இறுதியில் ஒரு வேட்டியையும், சட்டையையும் எடுத்து வந்து ரகுவிடம் கொடுத்தாள்.

“உடையை மாற்றுங்க... இதோ ஒரு நொடியில காபி கலக்கிறேன்!” என்று சொல்லிச் சமையல் கட்டுக்குள் பறந்தாள்.

தேவகி கொடுத்த காபியைக் குடித்த ரகு, சிலைபோல் உட்கார்ந்திருந்தான். அவன் மனத்தில் ஏதோ ஒரு பாரம் இறங்கியிருப்பது போல அவன் முகம் காட்டியது. அவன் முகத்தையே பார்த்துக் கொண்டிருந்தாள் தேவகி!

இப்போது அவனது கண்களும் அவள் முகத்தை ஏறிட்டு நோக்கின.

“எனக்காகக் கொலைப்பழியை ஏத்துக்கிட்டிருக்கீங்க! என் மகனைக் காப்பாத்தறதுக்காக சிறையிலேயிருந்து தப்பி வந்து, அதுக்கும் ஒரு தண்டனையை ஏற்கப் போறீங்க... உங்களுக்கு நான் எப்படித்தான் கைமாறு செய்யப் போறேனோ?” என்று சொல்லிக் கண் கலங்கினாள் தேவகி.

இதைக் கேட்டு சற்று பலமாகவே சிரித்தான் ரகு.

“நான் உங்கிட்டே இருந்து கைமாறு எதிர்பார்த்தா இந்தக் காரியங்களைச் செய்தேன்?”

-அமைதியாகக் கேட்டான் ரகு! அவனது கேள்விக்கு தேவகியால் பதில் சொல்ல முடியவில்லை. பேசாமல் உட்கார்ந்திருந்தாள்.

“அப்படியே வச்சுகிட்டாலும் நீ செய்யற கைமாறை – உதவியை நான் அனுபவிக்க முடியுமா?” மீண்டும் சிரித்தான் ரகு.

“நீங்க...?” தேவகி திணறினாள்.

“ஆமா... தேவகி! என்மேல இருக்கிற குற்றச்சாட்டுக்கு எனக்குத் தூக்கு தண்டனையோ அல்லது ஆயுள் தண்டனையோ கிடைக்கலாம். இந்த நிலைமையில் என்ன தான் எனக்கு நீ செய்தாலும் ...எனக்கு என்ன ஆகப்போகுது?”

“பின்னே எதுக்குத்தான் எனக்காக இப்படி நீங்க உங்களை அழிச்சுக்கிறீங்க...?” கண்களைத் துடைத்துக் கொண்டாள் அவள்!

“என் மனசில, உன்னைக் கல்யாணம் பண்ணிக்கிறதுன்னு முடிவுபண்ணி என்னிக்கு உன்கிட்ட வந்து கேட்டேனோ... அன்னிக்கே மானசீகமா எனக்கு நீதான் மனைவின்னும், பாபு என் மகன்னும் முடிவு பண்ணிட்டேன். அதுலே எந்த மாற்றமும் இன்னிக்கு வரை இல்லே, இனிமேலும் இருக்காது! உடல்கள் ஒன்றாகிப் பிணைவது தான் தாம்பத்திய வாழ்க்கைன்னு சொல்லும். ஆனா. உண்மைக் காதலுக்கு உள்ளங்கள் பின்னிப்பழகினாலே போதும்! இதுலே... என் விஷயத்துலே... என் உள்ளம்தான் உன்னை நாடுது... உன் உள்ளம் அப்படியில்லே...ஆனாலும் நான் என் முடிவை மாத்திக்க முடியாது, அவ்வளவுதான்!”

ரகுவின் வார்த்தைகள் ஒவ்வொன்றும் தேவகியின் மனதில் ஆழமாகப் பதிந்தன. தலை கவிழ்ந்தவாறே கண்ணீரைச் சிந்திக் கொண்டிருந்தாள் அவள்.

“தேவகி......!” ஆசை பொங்க அழைத்தான், ரகு !

“என்னங்க?” நிமிர்ந்து பார்த்தாள் தேவகி. “எனக்குத் தூக்குத் தண்டனை விதிச்சா, அதை நிறைவேத்தறப்போ, என்கிட்ட, ‘உன் கடைசி ஆசை என்ன?’ன்னு கேட்பாங்க... அங்கே என் ஆசையை சொல்லிப் பயனில்லே... அந்த என் கடைசி ஆசையை இப்போ உன்கிட்ட சொல்லட்டுமா தேவகி...?” அவன் குரல் கரகரத்தது.

“சொல்லுங்க... தாராளமா சொல்லுங்க...!” தேவகி அவனை நெருங்கி அமர்ந்தாள்.

“நான் உன்னுடைய கணவன் என்கிற உரிமையோட, நீ என் மனைவி என்கிற நினைவோட நான் சாகணும்... எனது அந்த எண்ணத்துக்கு சம்மதம் தர்ற மாதிரி ஒரே ஒருமுறை என்னை ‘அத்தான்’னு கூப்பிடு தேவகி...!” தேவகிக்கு ஒருகணம் ஒன்றும் புரியவில்லை. சுவரில் மாட்டப்பட்டிருந்த திவாகரின் படத்தையும், எதிரே உட்கார்ந்திருந்த ரகுவின் முகத்தையும் மாறி மாறிப் பார்த்தாள்.

தனக்காகக் கொலைப்பழியை ஏற்றும், தன் மகனுக்காக புயல் – மழையில் சிறையிலிருந்து தப்பி வந்த குற்றத்தைச் செய்தும், தூக்குக் கயிற்றை முத்தமிடத் தயாராக இருக்கும் ரகுவின் தியாகம் அவளது மனத்திரையில் ஓடியது. அவளது இதயத்தில் இடியும் மின்னலும் மாறி மாறித் தோன்றியது போலவே, வெளியிலும் இடியும் மின்னலும் இருந்தன.

வெறிகொண்டவளைப் போல தேவகி எழுந்தாள். ரகுவும், எழுந்தான். அவன் முகத்தையே பார்த்தபடி கொஞ்சம் கொஞ்சமாக ரகுவை நெருங்கினாள். அவனும் நெருங்கினான். “அத்தான்!” என்று கூவி அவன் மார்பில் சாய்ந்தாள் தேவகி. அவன் தோள்களைத் தடவினாள். அவனது கன்னத்தை இழுத்து தன் கன்னத்தில் ஒட்டவைத்தாள். இருவரும் கண்களை மூடி மெய்மறந்து ஒருவரின் அணைப்பில் ஒருவர் சுகம் கண்டனர்.

'பளீர்...... பளீர்!' என்ற ஒளி தோன்றி மறைந்தது. மின்னல் என்றுதான் அவர்கள் நினைத்திருந்தனர். ஆனால் அது மின்னல் அல்ல! அணைப்பில் மயங்கியிருந்த ரகுவையும், தேவகியையும் ஐந்தாறு போஸ்களில் 'பிளாஷ்' போட்டோ எடுத்து விட்டு நழுவிவிட்டான் ராதா.

இருண்டு கிடந்த உலகத்துக்கு ஒளி கொடுத்து கடமையாற்ற, வழக்கம் போல எழுந்தான் உதயசூரியன். இரவில் வீசிய புயலும், கொட்டிய மழையும், முழங்கிய இடியும் ஓய்ந்து ஒரே அமைதி கோலோச்சிக் கொண்டிருந்தது அப்போது.

வழக்கத்துக்கு அரைமணி நேரம் முன்பாகவே எழுந்த பாபு, கண்களைக் கசக்கிக் கொண்டு அவனுக்கு எதிர் திசையை பார்த்த போது. நாற்காலியில் உட்கார்ந்தபடியே தூங்கிக் கொண்டிருந்தான் ரகு.

கட்டிலில் உட்கார்ந்தபடியே "ரகு மாமா" என்று பலமாக கூப்பிட்டான் பாபு.

கண்விழித்த ரகு "என்ன பாபு?" என்று கேட்டவாறே அவனருகில் வந்தான்.

"நல்லவேளை... வந்துட்டீங்க... உங்களைப் பார்க்க முடியாதோன்னு நினைச்சேன்...!" என்று கூறி ரகுவின் கையைப்பிடித்துக் கொண்டான் பாபு!

"ஏன்பாபு அப்படிச் சொல்றே?" ரகு கேட்டான்.

"அய்யய்யோ உங்களுக்குத் தெரியாதா?" என்று இழுத்தான் பாபு.

அப்போது பாபுவுக்கும். ரகுவுக்கும் காபி எடுத்துவந்தாள் தேவகி. பாபு சொன்னான்:

“ரகுமாமா...இன்னிக்கு எனக்குக் கடைசிநாள். கடைசி மூச்சு – கடைசிப்பூ!” என்றான். அவன் கண்கள் தேவகியைப் பார்த்து கலங்கின. தேவகி மௌனமாக இருந்தாள்.

“அம்மா... ஜன்னல் கதவைத் திற!” – தேவகியைப் பார்த்துக் கூறினான் பாபு.

“வேண்டாம் பாபு... அப்புறம் திறக்கலாம்”

“எப்போ திறந்தா என்னம்மா...?”

“சொன்னா கேளுடா... ஜன்னலைத் திறக்க வேண்டாம்.... குளிர் காற்று அடிக்குது!”

தேவகி, கதவைத் திறக்க மறுத்து சண்டித்தனம் செய்வதைக் கண்ட பாபு. வேகமாக எழுந்து சென்று அவனே ஜன்னல் கதவைத் திறந்தான்.

சிறிதும், பெரிதுமாக, ஏராளமான பன்னீர்ப் பூக்கள் அந்தக் கிளையில் பரவலாகப் பூத்துக் குலுங்கிக் கொண்டிருந்தன. அந்த மலர்களின் வெள்ளை நிறத்தில் மனதைப் பறிகொடுத்தான் பாபு.

அந்த மலர்களைப் பார்க்கப் பார்க்க பாபுவின் முகம் மலர்ந்தது. அவனது கண்களில் பிரகாசம் மிளிர்ந்தது. அவனது இதழ்கள் புன்னகையை நெளியவிட்டன.

பல நாட்களுக்குப் பிறகு பாபுவிடம் இவற்றை யெல்லாம் கண்ட தேவகி பரவசத்தால் மெய்சிலிர்க்க நின்றாள்.

“அம்மா...ரகு மாமா...!” உற்சாகமாகக் கூவினான் பாபு.

“என்ன கண்ணா?” பல நாட்களுக்குப் பிறகு சிரித்தபடி கேட்டாள் தேவகி

“எப்படீம்மா...... இவ்வளவு பூ பூத்தது?” ஆச்சரியத்துடன் கேட்டான் பாபு!

“உன் கனவிலே வந்த தேவதை நேற்று ராத்திரி என் கனவிலே வந்தாங்க...!”

“என்னம்மா சொன்னாங்க?”

“பாபு நூறு வருஷம் இருப்பான்... அதுக்கு அடையாளமா இந்தப் பன்னீர் மரக்கிளையிலே காலையிலே ஏராளமா பூ பூத்திருக்கும்னு சொன்னாங்க!” நம்பிக்கையோடு பொய் சொன்னாள் தேவகி!

இதைக் கேட்டதுமே பாபுவுக்கு உடம்பெல்லாம் ஒரு சுறுசுறுப்பு வந்தது. கையையும் காலையும் ஆட்டினான். தேவகிக்கும், ரகுவுக்கும் மாறி மாறி முத்தமிட்டான். அவர்களது கைகளைப் பிடித்துக்கொண்டு ஊஞ்சலாடினான். கட்டிலில் எழுந்து நின்று தரையில் குதித்தான். அந்தக் கூடத்தினுள்ளேயே அங்கும் இங்கும் ஓடினான். பாபுவின் இந்தக் குதூகலத்தைக் கண்ட தேவகி பூரித்துப் போனாள். நன்றியுணர்வோடு ரகுவை நோக்கின அவளது கண்கள்! அடுத்த நிமிடம்-

கீழே இருந்து ‘தட தட’ வென்று பூட்ஸ் கால்களின் சத்தம். ஓடிச்சென்று எட்டிப்பார்த்தான். ரகு!

ஐந்தாறு போலீஸ்காரர்கள்! வாசலில் நின்றிருந்த ராதாவிடம், “இன்னும் மேலே இருக்கானில்லையா?” என்று இன்ஸ்பெக்டர் கேட்கிறார்.

“இருக்கான்... இருக்கான்!” என்று கூறிப் பல்லை இளிக்கிறான் ராதா!

“தப்பிவந்த குற்றவாளி பற்றித் தகவல் கொடுத்ததுக்கு ரொம்ப தேங்ஸ்!” என்று ராதாவின் முதுகில் தட்டிக் கொடுத்த இன்ஸ்பெக்டர் மாடிப்படிகளில் ஏறுகிறார்.

மேலே இருந்து இதைப்பார்த்துக் கொண்டிருந்தனர் ரகுவும், தேவகியும். ஓடிச் சென்று பாபுவுக்கு ஒரு முத்தம் தந்து விட்டு, இன்ஸ்பெக்டருக்கு எதிரே கைகளை நீட்டியவாறே மாடிப்படிகளில் இறங்குகிறான் ரகு.

ரகுவின் கையில் விலங்கை மாட்டி ஜீப்பில் ஏற்றிச் செல்கின்றனர் போலீசார். “ரகு மாமா ரகு மாமா!” எனக் கூவியழுகிறான் பாபு. அவனை அணைத்துப் பிடித்துச் சமாதானம் செய்து வீட்டுக்குள் அழைத்துச் செல்ல முயன்ற தேவகி, மீண்டும் கீழே எட்டிப் பார்க்கிறாள். ராதா நின்றுகொண்டு அவளையே பார்க்கிறான். அவனை நோக்கிக் காறித் துப்பிவிட்டு வீட்டுக்குள் நுழைந்து கதவைச் சாத்திக் கொள்கிறாள்!

பாபுவுக்குத் தலைவாரி, பவுடர் பூசி, புத்தகப் பையை அவன் தோளில் மாட்டி, அவனது கையைப் பிடித்து அழைத்து மாடிப்படிகளில் இறங்கினாள் தேவகி. வாசற்படியில் அவள் நிற்க, அவளுக்கு ஒரு ‘இச்’ கொடுத்துவிட்டு “அம்மா டாட்டா” என்றபடி தெருவில் இறங்கினான் பாபு.

“பார்த்து மெதுவா போ கண்ணா!” என்று அவள் கூறும் போது, மீண்டும் “டாட்டா” என்றான் பாபு! பத்தடிதூரம் செல்வதும், திரும்பிப்பார்த்து ‘டாட்டா’ சொல்வதுமான பாபுவின் செயலை ரசித்தபடி, தெருமுனையில் அவன் திரும்பும்வரை அவனையே பார்த்துக் கொண்டு நின்றாள் தேவகி.

தன் கண்ணிலிருந்து பாபு மறைந்ததும் மாடிப்படியேறி வீட்டுக்குள் நுழைந்தபோது மேஜை மீதிருந்த பாபுவின் பேனா தேவகியின் கண்ணில்பட்டது. ‘அடடே பேனாவை மறந்துட்டுப் போயிட்டானே!’ என்றபடி அதை எடுத்துக்

கொண்டு அவள் திரும்பும்போது – இருக்கிற பல் எல்லாம் வெளியே தெரிய வந்து நின்றான் ராதா.

அவனைப் பார்த்ததுமே, "எங்கே வந்தீங்க?" என்றாள் கோபமாக!

"உன்கிட்டத்தான் வந்தேன்...!" – குழைந்தான் அவன்.

"எதுக்கு வந்தீங்க?" எரிந்து விழுந்தாள் அவள்.

"ரகு வந்தான்னா இதெல்லாம் கேக்கறியா நீ? என்னை மட்டும் வெரட்றியே... தேவகி!" – சிணுங்கினான் அவன்.

"அனாவசிய பேச்சு தேவையில்லே... வந்த விஷயத்தைச் சொல்லுங்க!"

"எனக்கு ஐநூறு ரூபாய் பணம் வேணும்!"

"இது ஒண்ணும் வட்டிக்கடை இல்லே!"

"தேவகி!" கத்தினான் ராதா.

"என்ன அலர்றீங்க?'" அலட்சியமாக கேட்டாள் தேவகி.

"இதோ பார் இந்தப் படத்தை!" – அவளிடம் ஒரு படத்தை நீட்டினான்.

படத்தை வாங்கிப் பார்த்த தேவகி அதிர்ச்சி அடைந்தாள். ரகுவும் அவளும் ஒருவரை யொருவர் தழுவிக்கொண்டு கண்களை மூடி மெய்மறந்து இருந்தனர் படத்தில்.

"ஒழுங்கா பணத்தைக் கொடு! இல்லே இந்தப் படத்தை பாபுகிட்ட காட்டுவேன். இந்த நெகடிவ்கள் எல்லாம் என்கிட்ட இருக்கு ஜாக்ரதை!" உறுமினான் ராதா.

அந்தப் படத்தைத் தனது ஜாக்கெட்டுக்குள் திணித்து மறைத்துக்கொண்ட தேவகி, "இந்தப் படத்தைக் காட்டி என்னை 'பிளாக்மெயில்' பண்றியா?" என்றாள் கோபமாக!

"நீ பணத்தைத் தந்திட்டா நான் ஏன் பிளாக் மெயில் பண்றேன்?'"

"என்கிட்ட பணம் இல்லே!"

"பெட்டியிலே பணமில்லாட்டிப் பரவாயில்லே, கட்டில்லே மெத்தை இருக்கு... வா...!"

"என்ன, நாக்கு நீளுது?"

"பணம்! இல்லே – படுக்கை!"

"ச்சீ...! நீ ஒரு ஆண் பிள்ளையா?"

"அதனாலேதான் ஒன்னக் கூப்பிடறேன்!"

"உன் எண்ணம் நிறைவேறாது!"

"ஏன் நிறைவேறாது?" – என்று கேட்டபடி தேவகியின் மீது பாய்கிறான் ராதா. அவளது கையைப் பிடித்து இழுக்கிறான், அவள் திமிருகிறாள்.

அந்தச் சமயத்தில் ராதாவின் முதுகில் 'சுளீர், சுளீர்' என்று பிரம்படிகள் சரமாரியாக விழுகின்றன! திடுக்கிட்டுத் திரும்புகிறான் ராதா! கையில் ஒரு பிரம்புடன் பாபு நிற்கிறான். பாபு வந்துவிட்டதைப் பார்த்த தேவகி நிலைமையைச் சமாளிக்க,

"நீ கொடுத்த கடன் பணம் தானே வேண்டும்? இரண்டுநாள் பொறுத்துக்கோன்னு சொன்னதுக்கா இப்படி மிருகம்போல நடந்துகிட்டே? இந்தா பிடி உன் பணத்தை!" என்று கூறியவாறு ஐநூறு ரூபாயை எடுத்து ராதாவிடம் தருகிறாள்.

அதைப்பெற்றுக்கொண்ட ராதா, "முதல் தவணையா வாங்கிக்கிறேன்! இன்னும் மூவாயிரம் தவணை பாக்கியிருக்கு!" என்று சொல்லிவிட்டுப் போகிறான்.

ராதா போனபின்பு, பாபுவை கட்டிக்கொண்டு ஆறுதல் சொன்னாள் தேவகி.

"நல்ல வேளைம்மா... மறந்து வச்சிட்டுப்போன பேனாவை எடுக்கறதுக்கு வந்தேன்...." என்றான் பாபு!

"பாபு.. இந்த ஆளு ரொம்ப மோசம்டா! இவனால நமக்கு இனி அடிக்கடி தொல்லை வரும், உன்னை ஊட்டி கான்வெண்ட்லே சேர்த்துட்டு கொஞ்ச நாளைக்கு வேற வீடு பார்த்துட்டுக் குடிபோகலாம்னு இருக்கேன்!" என்றாள் தேவகி.

"சரிம்மா" என்று சம்மதம் தெரிவித்தான் பாபு!

சிறைச்சாலை.

இருபது, முப்பது பேர் அடைத்து வைக்கப்பட்டிருக்கும் அந்த 'பிளாக்'கின் திண்ணையில் உட்கார்ந்து அங்கிருந்த சுவரில் கரித்துண்டு ஒன்றைக் கொண்டு ஏதோ வரைந்து கொண்டிருக்கிறான் ரகு! இலைகளோ, மலர்களோ இல்லாத பட்டமரத்தின் படம் அது.

சற்றுத் தள்ளி திண்ணையில் படுத்துக் கிடந்த மலேசியா மாணிக்கம் என்ற கைதி. ரகு வரைந்த படத்தை பார்த்துக் கேட்டான்:

“என்னப்பா நீ? பட்ட மரத்தின் படத்தை வரையறியே... என்ன விசேஷம்?”

“இதுலே ஒரு விசேஷம் இருக்கப்பா!”

“என்னான்னு சொல்லு?”

சிறிதுநேர மவுனத்துக்குப் பிறகு ரகு கேட்டான்!

“மாணிக்கம் ; இந்த பட்ட மரம் தளிர்க்குமா?”

“அது உன் கையிலேதான் இருக்கு! நீ இலைகளையும், மலர்களையும் வரைஞ்சா அது தளிர்க்கும். இல்லேன்னா இப்படியேதான் இருக்கும்!”

இதைக் கேட்டு பலமாகச் சிரித்தான் ரகு சிரித்துக்கொண்டே அந்த ‘பட்ட மர‘த்தில் இலைகளையும் மலர்களையும் வரைந்தான். வரைந்து முடிந்ததும் கரித்துண்டைத் தூக்கி வீசி எறிந்துவிட்டு சிரித்துக்கொண்டே இருந்தான்.

“ஏய்..ரகு! உன் மூளைக்கு ஒண்ணும் ஆகலியே?” என்று கிண்டலாகக் கேட்டான் மாணிக்கம்.

“மாணிக்கம்! நம்ம சமுதாயத்திலே விதவைப் பெண்களை பட்ட மரம்னுதானே சொல்லுவாங்க?”

எதிர்க்கேள்வி கேட்டான் ரகு!

“ஆமா.. அதுக்கென்ன இப்போ?”

“நான் ஒரு பட்டமரத்தை விதவையைக் காதலிக்கிறேம்பா... இத்தனைக்கும் அவளது பூர்வீகம் எதுவும் எனக்குத் தெரியாது!”

“அப்படியா?” – வாயைப்பிளந்த மாணிக்கம்! “ஏம்பா அப்படி?” என்றான்.

“அழகு! அவளிடம் தெரிகிற அழகு எனக்கு வேறு எதிலுமே தெரியலே!”

“அப்போ சரி! நடத்து!”

“மாணிக்கம்! நான் ஜெயில்லே இருக்கேன்! எனக்கு என்ன தண்டனை கிடைக்குமோ தெரியாது! நீ இந்த வாரத்து ‘ஜட்ஜ் மெண்ட்’லே விடுதலையானா எனக்கு ஒரு உதவி செய்றியா?”

“சத்தியமா செய்யறேன். என்ன செய்யணும்?”

“தேவகி தன் மகனோட தனியா இருக்கிறா! சரியான பாதுகாப்பு இல்லே அவளுக்கு. இந்தச் சமயத்திலே ராதான்னு ஒரு போட்டோகிராபர் அவளை ‘பிளாக்மெயில்’ பண்றானாம்!” – ரகு குமுறினான்.

“அடப்பாவி...!” மாணிக்கம் பல்லைக் கடித்தான்.

“நான் இங்கிருந்து தப்பிப்போன காரணம் உனக்குத் தெரியுமில்லே...அன்னிக்கு ராத்திரிதான் என் காதலை அவள் ஏத்துக்கிட்டா. நானும் அவளும் சேர்ந்து நெருக்கமா இருக்கறப்போ... அந்தப் பாவி எப்படியோ ரகசியமா போட்டோ எடுத்திருக்கான். இப்போ அந்தப் போட்டாவை தேவகி கிட்ட காட்டி பணம் கேட்டு மிரட்டறான்!”

“நீ பேசாம இரு! நான் மட்டும் விடுதலையானா முதல்லே அவனைப் பார்த்து அவன் கையைக் காலை வாங்கறேன்!” கோபம் கொப்பளித்தது மாணிக்கத்திடம்.

“இதோ இந்தப் படத்தைக் காட்டித்தான் இப்போ அவன் மிரட்டறான். நேற்று ‘இண்டர்வியூ’ பார்க்க வந்திருந்த தேவகி, இந்த விஷயத்தைச் சொல்லி அழுதா. இந்தப் படத்தையும் கொடுத்தா!” – படத்தை எடுத்து மாணிக்கத்திடம் தந்தான் ரகு. படத்தைப் பார்த்த மாணிக்கம். தேவகியின் அழகில் மயங்கிச் சிலையானான். அவளது அழகு அவனைக் கொள்ளை கொண்டது.

திடீர் என்று மாணிக்கத்தின் முகத்தில் வியப்புக் குறி. அவன் உதடுகள் ‘தேவகி, தேவகி’ என்று முணு முணுத்தன. ஒன்றும் புரியாத ரகு, அவனது தோள்களை உலுக்கி “என்னப்பா?” என்றான்.

“ரகு...ரகு.... இந்தத் தேவகி யார் தெரியுமா? என் மனைவி விஜயாவும் தேவகியும் இரட்டைப் பிறவிகளப்பா!” என்றான் உணர்ச்சிப் பெருக்கோடு!

“அப்படியா?” அதிசயத்துடன் கேட்டான் ரகு!

“ஆமாப்பா! நாங்க எல்லோருமே மலேசியாவில் தான் இருந்தோம்... நான் விஜயாவைக் கல்யாணம் பண்ணிக்கிட்டேன். தேவகி தமிழ்நாட்டுக்கு வந்து யாரையோ கல்யாணம் கட்டிக்கிட்டா!”

–மாணிக்கம் பேசப் பேச ரகுவின் கண்கள் வியப்பால் விரிந்தன.

“ரகு, நாம் ரெண்டுபேரும் எவ்வளவு சீக்கிரத்தில் சொந்தமாயிட்டோம் பார்த்தியா... திருமணங்கள் சொர்க்கத்தில் நிச்சயிக்கப்படுறதா சொல்வாங்க... அது போல நம்முடைய சொந்தம் சிறைச்சாலைக்குள்ளே பிரகடனப்படுத்தப்பட்டிருக்கு!” – என்று கூறிச் சிரித்தான் மாணிக்கம். ரகுவும் சிரித்தான்!

“நான் விடுதலையாகிப் போனா... முதல்லே அந்த ராதாவைப்பார்த்து அவனை என்ன செய்றேன் பார்!” – கருவினான் மாணிக்கம்.

ரகு குறுக்கிட்டான்.

“இந்த விஷயத்துல ஆத்திரப்படக் கூடாது மாணிக்கம்! எப்படியாவது அவனைச் சந்திச்சி நயமாப் பேசி அந்த ‘நெகடிவ்’களை வாங்கிவிடு!”

ரகுவின் முதுகில் தட்டிக் கொடுத்த மாணிக்கம், “நீ கவலைய விடு ரகு, மற்றதையெல்லாம் நான் பார்த்துக்கறேன்!” என்றான்.

“நன்றி!” என்று சொன்ன ரகு,

”மாணிக்கம், தேவகி, தன் மகனை ஊட்டி ‘கான்வெண்ட்’லே சேர்க்கப் போறாளாம். இன்னிக்குப் புறப்பட்டிருப்பா... நாளையோ அல்லது நாளை மறுநாளோ வந்திடுவா. இதோ அவளுடைய விலாசம்...!” என்று சொல்லி மாணிக்கத்திடம் தேவகியின் விலாசத்தைக் கொடுத்தான். மிகப் பெரிய கவலை ஒன்று தீர்ந்தது போல இதயம் இலேசாக ஆகிவிட்டது ரகுவுக்கு. மாணிக்கம் எப்படியும் காரியத்தைச் சாதிப்பான் என்ற நம்பிக்கை அவனுக்கு இருந்தது. தான், ஒரு பெரிய தனவந்தன் என்றும், தனது எதிரிகள், பொறாமையின் காரணமாக பொய்ப்புகார் கூறித் தான் கைது செய்யப்பட்டிருப்பதாகவும் ரகுவிடம் மாணிக்கம் கூறியிருந்தான். செய்யாத குற்றத்தை ஒப்புக் கொண்டு கைதாகியிருக்கும் தன்னையும், செய்யாத குற்றத்துக்காக வேண்டுமென்றே கைது செய்யப்பட்டிருக்கும் மாணிக்கத்தையும் ஒப்பிட்டுப் பார்த்த ரகு, அங்கிருக்கும் கைதிகளிலேயே மாணிக்கத்தை மட்டுமே தனது அந்தரங்க நண்பனாக ஆக்கிக் கொண்டிருந்தான். அந்த

அடிப்படையில்தான் இந்தப் பொறுப்பை அவனிடம் தந்தான்.

தன் வீட்டில், நாற்காலியில் உட்கார்ந்து கொண்டு, ரகுவும், தேவகியும் மெய்மறந்த நிலையிலிருக்கும் படத்தைப் பார்த்துக்கொண்டிருந்தான் ராதா. அப்போது அவனை நெருங்கி வந்த அவனது மனைவி கீதா, "என்னங்க... வீட்டுக்காரரர் வந்துவிட்டுப் போனார்!" என்று, வாடகை கொடுக்க வேண்டியதை நினைவு படுத்தினாள்.

அவளை நிமிர்ந்து பார்த்த ராதா, "கொஞ்சம் பொறுடீ..... பணம் காய்க்கும் மரமே கிடைச்சிருக்கு.. இதோ பார்!" என்று அந்தப் படத்தை அவளிடம் காட்டினான்.

அந்தப் படத்தை அவள் பார்த்துக்கொண்டிருக்கும் போதே......"இந்தப் படத்தை வச்சி லட்சம் லட்சமா சம்பாதிக்கலாம்...!" என்றான். அப்போது அவன் நாக்கில் நீர் ஊறியது.

ஜன்னல் வழியாக, பேப்பர் பையன் போட்டு விட்டுப் போன காலைப் பத்திரிகை 'பொத்' என்று வந்து ராதாவின் அருகே விழுந்தது. அதை எடுத்துப் பிரித்தான்.

"கள்ளக் கடத்தல் புகாரில் கைதான மலேசியா மாணிக்கம், குற்றமற்றவர் என நிரூபிக்கப்பட்டு விடுதலையானார்" என்ற செய்தி, மாணிக்கத்தின் படத்துடன் வெளியிடப்பட்டிருந்தது.

அந்தச் செய்தியை ராதா படித்துக் கொண்டிருக்கும் போதே, வாசலில் படகு போன்ற 'இம்பாலா' கார் ஒன்று வந்து நின்றது. பேப்பரைக் கையில் எடுத்துக் கொண்டு ராதாவும், அவனுக்குப் பின்னால் கீதாவும் ஓடினார்கள்.

வாட்டசாட்டமான உயரத்துடன், உயர்ந்த ரகப் பட்டாடைகளுடன், உடலெங்கும் ஒளிவீசும் நகைகளுடன்

ஒரு ஆணும், ஒரு பெண்ணும் காரிலிருந்து இறங்கி கம்பீரமாக ராதாவின் வீட்டுக்குள் நுழைந்தார்கள். அவர்களைப் பார்த்து பிரமித்துப் போன ராதாவும், கீதாவும், "வாங்க... வாங்க!" என்று பணிவுடனும், குழைவுடனும் அவர்களை அழைத்துச் சென்று சோபாவில் உட்கார வைத்தனர். அவர்கள் உட்கார்ந்ததும், பேப்பரில் வெளி வந்திருந்த மாணிக்கத்தின் படத்தையும் அந்த மனிதரையும் மாறிமாறிப் பார்த்தான் ராதா.

"என்ன பாக்கிறீங்க? நான் மலேசியா மாணிக்கம்..!" என்று தன்னை அறிமுகப் படுத்திக் கொண்டான் மாணிக்கம்!

"அது... தேவகி...?" என்று இழுத்தான் ராதா.

அதைக் கேட்டுச் சிரித்த மாணிக்கம், "இல்லே.... இவ தேவகியோட அக்கா விஜயா... இருவரும் இரட்டைப் பிறவிகள்... தேவகி விஷயமாகத் தான் உங்களிடம் வந்திருக்கிறோம்!" என்றான்.

இதைக் கேட்டதும் ராதாவுக்கு சற்றுபயம், சமாளித்துக்கொண்டு, "அடியேன்.. என்ன செய்யணும்...?" என்றான்.

"தேவகி சம்பந்தப்பட்ட ரகசிய படங்களையும் நெகடிவ்களையும் தரவேண்டும்!"அலட்சியமாகச் சொன்னான் மாணிக்கம்!

ராதாவின் முகம் மலர்ந்தது. மாணிக்கம், விஜயா ஆகியோரின் உயர்ந்த ஆடைகளையும், அவர்களது உடலில் மின்னிக்கொண்டிருந்த ஒளி வீசும் நகைகளையும் நோட்டமிட்டு, இவர்களிடம் எவ்வளவு ரூபாய் பேரம் பேசலாம் என்று மனதுக்குள் கணக்குப் போட்டான். பிறகு சொன்னான்.

“தர்றதப்பற்றி ஒண்ணும் இல்லே... நான் கொஞ்சம் சிரமத்துல இருக்கேன்!”

“என்ன கஷ்டம்?” -மாணிக்கம் கேட்டான்.

“பணக்கஷ்டம்'” ராதாவுக்குப்பின்னால் நின்ற கீதா சொன்னாள்!

“எவ்வளவு வேணும்...?” ராதாவைப் பார்த்து மாணிக்கம் கேட்டான்.

“ஐம்பதாயிரம்... இருந்தா...கொஞ்சம் சமாளிச்சுக்குவோம்!” என்றாள் கீதா.

சிறிதுநேரம் யோசித்த மாணிக்கம், “ஐம்பதாயிரம் எனக்கு ஒண்ணும் பெரிசு இல்லே... அதெல்லாம் எனக்கு ஒருநாள் காபிச் செலவு மாதிரி... ஆனா இப்போ தான் நான் வெளியே வந்திருக்கேன்... அதனால் கொஞ்சம் கஷ்டம்!” என்று கூறி; ராதாவையும். கீதாவையும் பார்த்தான். அவர்கள் மவுனமாக இருந்தனர்.

உடனே மாணிக்கம், தன் கழுத்தில் கிடந்த பதக்கச்சங்கிலியைக் கழற்றிக்கொண்டே, “விஜி...உன் நகைகளை எல்லாம் கொடு!” என்றான். அவளும் தனது கழுத்தில் கிடந்த நெக்லஸ், சங்கிலிகள், கைகளில் கிடந்த வளையல்கள், காதில் கிடந்த தோடு எல்லாவற்றையும் கழற்றி மாணிக்கத்திடம் கொடுத்தாள்.

அத்தனை நகைகளையும், ராதாவின் முன் அலட்சியமாகத் தூக்கி எறிந்த மாணிக்கம், “ஐம்பதாயிரத்துக்கும் அதிகமாகவே பெறும்” என்றான். ராதாவின் சம்மதத்தை எதிர்பாராமலே பாய்ந்து வந்த கீதா, அந்த நகைகளை அள்ளிக் கொண்டாள். வீட்டின் ஒரு அறைக்குச் சென்று வந்த ராதா, ரகு – தேவகி உள்ள சில படங்களையும், மூன்று நெகடிவ்களையும்

மாணிக்கத்திடம் தந்தான். அதைப் பெற்று கொண்ட மாணிக்கம், விஜயாவின் கையைப் பிடித்தபடி எழுந்து நின்றான். அவனுடன் விஜயாவும் எழுந்து நின்றாள்.

“ஒரு நிமிஷம் நில்லுங்க!” என்று கூறிய ராதாக உள்ளே ஓடிச் சென்று கேமராவை எடுத்து வந்தான்.

“உங்க அந்தஸ்தைப் பார்க்காம என் குடிசைக்கு வந்து எங்களை வாழவைக்கிற காரியத்தைப் பண்ணின உங்களை மறக்காம இருக்கறதுக்கு ஒரு போட்டோ எடுத்து விட்டில் மாட்டணும்...!” என்று பல்லைக் காட்டுகிறான் ராதா. இதைக் கேட்ட விஜயா முகத்தைச் சுளித்து மாணிக்கத்தைப் பார்க்கிறாள்.

“பரவாயில்லே விஜி ஏதோ பிரியப்படுறார்...!” என்று கூறிய மாணிக்கம், விஜயாவுடன் ஒட்ட நிற்க, ராதா படம் எடுத்தான். ராதாவிடமும், கீதாவிடமும் விடை பெற்றுக் கொண்டு மாணிக்கமும், விஜயாவும் ‘இம்பாலாவில்’ புறப்படுகிறார்கள்.

கார் புறப்பட்டதும், உதட்டைக் கடித்துக் கொண்டு: மேலும் கீழும் ஒரு மாதிரியாகத் தலையை அசைத்து, முணுமுணுக்கிறான் ராதா.

“உங்க வாய்க்கு சர்க்கரை போடணும்... பணம் காய்க்கும் மரம்னு நீங்க சொல்லி வாய்மூடலே. நமக்கு வந்த அதிர்ஷ்டத்தை பார்த்தீங்களா..” என்று அவன் தாடையைத் தாங்கினாள் கீதா.

“உன் புருஷனா கொக்கா?” என்றான் ராதா, “ஏங்க... இப்பவே போய் இந்த நகைகளை அடகு வச்சி...பணம் வாங்கி... முன்னே நாம பார்த்த வீட்டுமனையை வாங்கிடுவோம்...!” பரபரத்தாள் கீதா.

“சீச்சி... வந்த அன்னிக்கே மார்வாரி கடையில் நகைய வக்கிறதா?”

“நீங்க ஒண்ணு... இன்னிக்குதான் நல்ல நாளு... இல்லேன்னா இப்படி நகை வருமா? இன்னிக்கே எல்லா காரியத்தையும் ஆரம்பிப்போம்..”

அவள் சொன்னால், அதற்கு “அப்பீலே” இல்லை, எனவே புறப்பட்டு விட்டான் ராதா.

பதக்கச் சங்கிலியையும், வளையல்களையும் மாறிமாறிப் பார்த்த மார்வாரி, உதட்டைப் பிதுக்கினான். “இதெல்லாம் கில்ட் நகைங்க!” என்று கூறி திரும்பவும் ராதாவிடமே தந்துவிட்டான்.

ராதாவுக்கும். கீதாவுக்கும் அதிர்ச்சியாக இருந்தது. ஒருவர் முகத்தை ஒருவர் பார்த்துக்கொண்டனர். தன் கழுத்தில் கிடந்த நெக்லசைக் கழற்றி, “இந்த வைர நெக்லஸ்...?” என்று கூறி மார்வாரியிடம் தந்தாள் கீதா. அதை வாங்கிப் பார்த்தவுடனேயே வேகமாக அவளிடமே திரும்பக் கொடுத்துவிட்ட மார்வாரி, “எல்லாமே போலிம்மா...!” என்று கூறிச் சிரித்தான்.

கடையைவிட்டு வெளியேவந்த ராதாவும். கீதாவும் ஒருவருக்கொருவர் பேசாமலே சிறிது தூரம் நடந்தனர். “நம்ம தரித்திரம் நம்ம விட்டுப் போகாது!” என்று தனக்குத்தானே சொல்லிக் கொண்டாள் கீதா.

“பேசாம இருடி.. அவன் என்னை ஏமாத்திட்டதாக நினைக்கிறான்... என்கிட்ட இன்னும் ரெண்டு நெகடிவ் இருக்குது. அதை வச்சி என்ன செய்றேன் பார்!” என்று உறுமினான் ராதா.

இம்பாலா போய்க் கொண்டிருந்தது. மாணிக்கம் காரை ஓட்டினான். முன் சீட்டில் அவனருகில் அமர்ந்திருந்தாள் விஜயா.

ராதா கொடுத்த படங்களையும், நெகடிவ்களையும் சுக்கு நூறாகக் கிழித்து எறிந்து கொண்டிருந்தன அவளது கைகள். எல்லாவற்றையும் கிழித்துப் போட்ட பின் அவள் மனதில் ஒரு நிம்மதி.

"தேவகி, எப்படி நம்ம நாடகம்?" என்று கேட்டுச் சிரித்தான் மாணிக்கம்.

"ரொம்ப நன்றிங்க!" என்றாள் விஜயா வேடத்திலிருந்த தேவகி.

கார் போய்க் கொண்டே இருந்தது. தன் வீட்டுக்குத் திரும்ப வேண்டிய பாதையில் திரும்பாமல், வேறுபாதையில் கார் போவதை அறிந்த தேவகி.

"என்னாங்க... வீடு இந்தப் பக்கம் இருக்கு!' என்றாள்.

"பரவாயில்லே.... என் வீட்டுக்கு வந்து ஒரு காபி சாப்பிட்டுவிட்டுப் போ!" என்றபடி காரை வேகமாக ஓட்டினான் மாணிக்கம்.

நீண்ட நேரம் சென்ற கார், ஒரு காட்டுப் பாதையில் நுழைகிறது. சுற்றி வளைத்துச் செல்லும் அந்தப் பாதை தேவகிக்கு ஒரு மர்மமாகத் தெரிகிறது. அவளது மனதில் லேசான பயம் ஏற்படுகிறது. திடீரென்று ஒரு இடத்தில் கார் நிற்கிறது. எதிரே ஒரு மலை இருக்கிறது. அந்த மலையின் மேற்பகுதி முழுவதும் செடிகள் முளைத்தும், கொடிகள் படர்ந்தும் இருக்கின்றன.

காரை நிறுத்திய மாணிக்கம் மூன்று முறை 'ஹாரன்' அடிக்கிறான். 'கட கட' என்ற ஓசையுடன் எதிரே இருந்த மலை இரண்டாகப் பிரிந்து வழி விடுகிறது. இதைக் கண்ட தேவகியின் உடல் நடுங்க ஆரம்பித்தது. "பயப்படாதே!" என்று அவளது தோளில் தட்டிய மாணிக்கம், அந்த மர்மப் பாதையில் காரை ஓட்டினான். கார் உள்ளே நுழைந்ததும், மீண்டும் அந்த மர்மப் பாதை மூடிக்கொண்டது.

உள்ளே, மர்ம மாளிகை ஒன்று. அதன் வாசலில் 'இம்பாலா' நின்றது. கீழே இறங்கிய மாணிக்கம், முன்பக்கக் கதவைத் திறந்து விட்டு, "இறங்கு தேவகி!" என்று சொல்லிக் கையை நீட்டினான். அவன் கைகளைப் பிடிக்காமலே காரிலிருந்து பயத்துடன் இறங்கினாள் தேவகி. குரூரமாகச் சிரித்தபடியே முன்னால் அவன் நடக்க, அத்துவானக்காட்டில் விடப்பட்ட அறியாக்குழந்தை போல அவன் பின்னால் செல்கிறாள் தேவகி.

அந்தக் மர்ம மாளிகைக்குள் செல்லச் செல்ல அனைத்தும் மர்மமாக இருந்தது தேவகிக்கு. அதிலிருந்த ஆடம்பரமான ஒரு அறைக்குள் தேவகியுடன் நுழைந்த மாணிக்கம், "உட்கார்"! என்று ஒரு வெல்வெட் சோபாவைக் காட்ட, அதில் அவள் தயக்கத்துடனும், பயத்துடனும் உட்கார்ந்தாள். எதிரே.. மிகப்பெரிய கட்டில் ஒன்று வேலைப்பாடுகளுடன் கிடந்தது. அதில் வெளி நாட்டு மெத்தை, ஐந்தாறு தலையணைகள், இத்யாதி.

அந்த அறையை, கலக்கத்துடன் பார்த்துக் கொண்டிருந்தாள் தேவகி.

ஒரு பொத்தானை மாணிக்கம் அழுத்த, அடுத்த நிமிடமே இரு டம்ளர்களில் மதுவை எடுத்து வந்தான் ஒரு பணியாள். ஒன்றை அவன் எடுத்துக் கொண்டு இன்னொன்றைத் தேவகியிடம் நீட்டினான் மாணிக்கம். "என்னது?" என்று

மிரண்டாள் அவள். “கவலையை நீக்கும் காயகல்பம். வெளிநாட்டு மது!” என்றான் அவன்.

“எனக்குப் பழக்கமில்லே வேண்டாம்...!” பயத்தால் அவள் குரல் கம்மியிருந்தது.

“பழகாததை யெல்லாம் பழகிக்கிற நேரம் இது...!” என்று கூறியபடியே மீண்டும் ஒரு பொத்தானை அழுத்தினான் மாணிக்கம். அடுத்த நிமிடத்தில் ஒரு டம்ளரில் பழச்சாறுடன் வந்தாள் ஒரு பணிப்பெண். அதை எடுத்து தேவகியிடம் நீட்டிய மாணிக்கம்.. “ஆரஞ்சு ஜூஸ்... சாப்பிடு!” என்றான். அவள் வாங்கிக் கொண்டாள்.

பழச்சாறைக் குடித்துக் கொண்டே அந்த அறையை மிரட்சியுடன் பார்த்தாள் தேவகி. அவள் பழச்சாறு சாப்பிட்டு முடிந்ததும், “என்ன இந்த ரூமை அப்படிப் பார்க்கிறே... இது நம்ம பெட்ரூம்!” என்றான் மாணிக்கம்.

அதைக் கேட்டுப் பதறிப் போன தேவகி, “நம்ம பெட்ரூமா?” என்று கத்தினாள்.

“ஆமா... நம்ம பெட் ரூம்தான். இனிமே நீ வேற. நான் வேற இல்லே...!” கொடூரமாகச் சிரித்தான் மாணிக்கம்.

“என்னை ஏமாத்திட்டீங்க!” என்று சொல்லி வேகமாக எழுந்தாள் அவள்.

“ஏமாத்தலே...ரகு கிட்டே இருந்து என்கிட்டே மாத்தறேன்...!”

“அது நடக்காது...!”

“நான் நினைத்ததை முடித்தே தீருவேன்... நிதானத்தை இழக்காம யோசி!”

“ஒரு பெண்ணின் கஷ்டத்தைப் பயன்படுத்தி அவளது கற்பைச் சூறையாடறது.. கேவலமில்லையா...?” பொரிந்தாள் தேவகி.

“நான் பெண்கள் கஷ்டப்படறதைச் சகிக்க மாட்டேன். அதனாலதான் இப்போகூட உன்னை கசக்கி நுகர்வதற்கு நான் விரும்பலே... யோசிப்பதற்கு நேரம் எடுத்துக்கோ... அதுவரை உனக்கு இங்கே மகாராணிபோல உபச்சாரம் நடக்கும்!”

கம்பீரமாக எழுந்த மாணிக்கம். தேவகியை நெருங்கி வந்து நின்று, “இது ஒரு தனி உலகம்... இங்கே யாருக்கும் எந்தக் குறையும் இருக்காது... வா... அதை வந்து பார்!” என்று அவளை அழைக்கிறான். அந்த அறையை விட்டுப்போனால் போதுமென்றிருந்த தேவகி, அவன் பின்னால் செல்கிறாள்.

ஒரு அறைக்குள் நுழைந்தபடியே, “இது எங்கள் கலைக்கூடம்!” என்றான் மாணிக்கம்.

கால் ஆடை, அரை ஆடைகளுடன் ஆண்களும், பெண்களுமாக கட்டிப்பிடித்து ஆடிக்கொண்டிருந்தனர். அத்தனை பேருமே நிதானத்தில் இல்லை என்பதை, அவர்கள் அப்போது நடந்துகொண்ட ஆபாசமான நடத்தைகளின் மூலம் அறிந்தாள் தேவகி.

இன்னார்க்கு இன்னார் என்று இல்லாமல் எவனும் எவளுடனும் இணைந்து கும்மாளமிட்டனர். இந்தக் காட்சிகளையெல்லாம் கண்ட தேவகிக்கு வயிற்றைக் குமட்டியது.

“இங்கே உட்கார்” என்று கூறி தேவகியை ஒரு இடத்தில் உட்கார வைத்த மாணிக்கம், அந்த ஆட்டத்தில் கலந்துகொள்ளப் போனான். திக்பிரமை பிடித்தவள்போல தேவகி உட்கார்ந்திருந்தாள்.

ஆடிக்கொண்டிருந்த கூட்டத்துக்குள் நுழைந்த மாணிக்கம், ஒரு நிமிடத்துக்கு ஒரு பெண் என்ற கணக்கில், அங்கிருந்த எல்லாப் பெண்களுடனும் கட்டிப் பிடித்து களிநடனமாடினான். இந்தக் காட்சிகளைக் கண்டு கொண்டிருந்த தேவகி, அங்கிருந்து தப்புவதற்கு வழி இல்லாமல் நெருப்பில் விழுந்த புழுப்போல துடித்துக் கொண்டிருந்தாள்.

மந்திரவாதி கொலை வழக்கில் தீர்ப்புச் சொல்ல வேண்டிய நாள். நீதி மன்றத்தில் குற்றவாளிக் கூண்டில் சோகமே உருவாக ரகு நின்றுகொண்டிருந்தான். தனக்குத் தண்டனை கிடைக்குமே என்பதால் அவன் கவலை கொண்டிருக்கவில்லை. ‘தேவகியையும், பாபுவையும் அனாதைகளாக விட்டு விடுவோமோ’ என்று எண்ணித்தான் சஞ்சலப் பட்டான். நீதிபதி வந்து ஆசனத்தில் அமர்ந்ததும் கோர்ட்டில் ஒரே அமைதி. மந்திரவாதி கொலை வழக்கில் தனது தீர்ப்பை அவர் படித்தார்.

மந்திரவாதியை ரகு தான் கொன்றான் என்பது சந்தேகமற நிருபிக்கப் படாததால் ரகுவை விடுதலை செய்வதாக அவர் கூறினார்.

ரகு வியப்படைந்தான்.

“சிறையிலிருந்து ரகு தப்பியோடிய குற்றச்சாட்டை கவனமாக பரிசீலித்ததில், ஒரு சிறுவனின் உயிரை காப்பாற்றும் உயரிய நோக்கத்துக்காகவே அந்தத்தவறை ரகு செய்திருக்கிறான் என்பது தெளிவாகத் தெரிகிறது. எனவே ரகுவை விடுதலை செய்கிறேன்” என்று தன் தீர்ப்பை வழங்கினார் நீதிபதி.

இருகரங்களையும் கூப்பி, தலைவணங்கி நீதிபதிக்கு வணக்கம் தெரிவித்துவிட்டு, ஏதோ ஒரு புதிய உலகத்துக்குள் காலடி வைப்பவனைப் போல நீதிமன்றத்தை விட்டு உற்சாகமாக வெளியேறினான் ரகு!

மேட்டுப்பாளையத்தை ரகு அடையும் போது இரவு ஏழு மணியாகிவிட்டது. தேவகியைக் காண வேண்டும் என்ற ஆர்வம் நெஞ்சில் அலை மோதிக் கொண்டிருக்க. வேக வேகமாக நடந்தான் அவன். தேவகி கொடுத்திருந்த புதிய விலாசத்தை விசாரித்து அதை அவன் அடையும்போது மணி எட்டு!

அந்த வீட்டு வாசலில் நின்ற ரகு, வீட்டையே பார்த்தான். கீழே வீடு வெளிப்பக்கமாகப் பூட்டப்பட்டிருந்தது, மேலே மாடிப்பகுதியில் ஜன்னல்கள் திறந்திருந்தன. தயக்கத்துடன் மாடியில் ஏறினான் ரகு.

"சார்... சார்...!" என்று குரல் கொடுத்தான், மாடிப் பகுதி வாசலில் நின்றவாறே.

சிறிது நேரத்தில் ஒரு பெண் வந்து எட்டிப் பார்த்து, "யார் நீங்க?" என்றாள்.

"இங்கே... தேவகீன்னு...?" – ரகு விசாரித்தான். அவனை மேலும் கீழுமாகப் பார்த்த அந்தப் பெண், "ஒண்டிக் கட்டையா இருந்தாளே.. அவளா?'" என்றாள்.

"ஆமா...!" என்றான், ரகு உற்சாகமாக..

அவனை ஒரு மாதிரியாகப் பார்த்துச் சிரித்த அந்தப் பெண், "ஒரு வாரத்துக்கு முன்னாடி எவனோ ஒரு பணக்காரன் காரில் வந்தான். நல்லா சிங்காரிச்சிகிட்டு அவன்கூடப் போனா அதுக்கப்புறம் வரலே... அவள மாதிரி ஆளுகளுக்கு ஒரு வீடு மட்டும் இருக்காதுப்பா... பணம் கொடுக்கறவங்க வீடெல்லாம் அவளுக வீடுதான்-!" என்று கூறிவிட்டு, உள்ளே சென்று 'படார்' என்று கதவை மூடிக்கொண்டாள். அந்த அடி தனது முகத்தில் விழுந்ததாகவே நினைத்துக்கொண்ட ரகு, துவண்டுபோய் கீழே இறங்கினான்.

ரகுவின் மனவேகம் மேலும் அதிகரித்தது. அங்கிருந்து தேவகியின் பழைய வீட்டுக்கு ஓட்டமும் நடையுமாக வந்தான். அந்த வீடும் பூட்டிக் கிடந்தது. கீழே ராதாவின் போட்டோ ஸ்டுடியோவும் பூட்டிக் கிடந்தது. ஏற்கனவே பூட்டப்பட்டிருந்த தனது ஓவியக் கூடத்தையும் பார்க்கிறான் ரகு. பின்பு, அங்கு நிற்க மனமில்லாமல் ராதாவின் வீட்டை நோக்கி ஓடுகிறான்.

இரவு மணி ஒன்பது !

தனது வீட்டுத் தாழ்வாரத்தில் படுத்துக் கொண்டு தூக்கம் வராமல் புரண்டு கொண்டிருந்தான் ராதா. எப்படித் தூக்கம் வரும்?

மாணிக்கத்திடம் போலி நகைகளை வாங்கியதிலிருந்து, அவனுக்கும் கீதாவுக்கும் தகராறு. கைக்கு எட்டியதை வாய்க்கு எட்டவிடாமல் பண்ணிவிட்டதாக, ராதாவைக் கீதா திட்ட, 'நீ தானே நகைகளை எடுத்துக் கொண்டாய். நான் பணமாகத் தானே கேட்டேன், உன்னால் தான் காரியம் கெட்டது' என்று இவன் அவள் மீது குற்றம்சாட்ட, இருவருக்குமிடையில் தகராறு மூண்டு கடந்த ஒருவாரகாலமாக அவன் தாழ்வாரத்தில் தான் படுத்துக் கொண்டிருக்கிறான்.

"ஏங்க...!" என்ற கீதாவின் குரல் கேட்டு படுக்கையிலிருந்து எழுந்தான் ராதா.

"போனால் போவுது. உள்ளே வாங்க!" குழைந்து கூறினாள், கீதா.

அவ்வளவு சொன்னதுதான் தாமதம். எழுந்து உள்ளே ஓடி, படுக்கையறையில் கட்டிலில் விழுந்தான் ராதா.

வெளிக்கதவைப் பூட்டிக் கொண்டு கீதாவும் அங்கு வந்தாள்.

அவள், தலை நிறைய மல்லிகைப்பூவைச் சூடியிருந்தாள். முகத்தில் பவுடர் போட்டு 'கமகம' என்று வந்து கட்டிலில் அவன் அருகே உட்கார்ந்தாள்.

"ஏ...அப்பா...ஒரு வாரமாச்சு!" என்றபடி அவளது கையை எடுத்து விரல்களில் நெட்டி ஓடித்தான் ராதா.

"எனக்கே பாவமா இருந்திச்சி.. அதனால் தான்...!" என்றாள் கீதா, அவனது சேட்டைகளில் லயித்தவளாக!

உண்மையில் அவன் மீது இரக்கப்பட்டு அவள் இன்று இடம் தரவில்லை! படுக்கையறையில் அவன் செய்யும் சேட்டைகளும், குறும்புகளும் அவளுக்கு மிகவும் பிடிக்கும். அதைக் கடந்த ஒரு வார காலமாக இழந்திருந்தது அவளுக்கே சரிப்பட்டு வரவில்லை. தன்னருகே அமர்ந்திருந்த கிதாவை அப்படியே இழுத்து சாய்த்த ராதா. "அணைக்கட்டுமா?" என்றான்.

"ஊம்?..." என்றாள் கீதா. கோபமாக!

"விளக்கை... விளக்கை!" என்றான் ராதா.

இருவரும் 'கல கல' வெனச் சிரித்தனர்.

"தெரியுது, தெரியுது! இருங்க நானே போயி அணைச்சிட்டு வர்றேன்!" என்று கூறி எழுந்து சென்றாள் கீதா.

அவள் விளக்கு ஸ்விட்சில் கைவைத்த போது, 'டொக் டொக்' என்று யாரோ கதவைத் தட்டுவது கேட்டது. தொடர்ந்து 'ராதா ராதா' என்ற குரலும் ஒலித்தது. "இது என்னடா... சிவ பூஜையில கரடி...!" என்று சலித்துக் கொண்டவாறே தனது

ஆடைகளை சரி செய்துகொண்டு வந்து கதவைத் திறந்தான் ராதா.

எதிரே ரகு நிற்பதைக் கண்டதும், அவன் திடுக்கிட்டு விட்டான்.

“என்ன ராதா அப்படிப் பார்க்கிறே... நான் விடுதலையாகிட்டேன்...!” ரகு சொன்னான்.

“அப்படியா.. சந்தோஷம்.. வா உள்ளே!” என்றான் ராதா.

இருவரும் உள்ளே வந்து கூடத்தில் அமர்ந்தனர்.

“ராதா ...! தேவகி எங்கே இருக்கா?” அடக்க மாட்டாமல் கேட்டான் ரகு.

“எனக்கே தெரியலேப்பா... பாபுவை ஊட்டி கான்வெண்டலே சேர்த்துட்டு, அவளும் வேற வீடு பார்த்துட்டுப் போனா... அப்புறம்...” ராதா நிறுத்தினான்.

“அப்புறம். என்ன நடந்தது?”

“அதை எப்படி என் வாயால சொல்றது...?”

“ராதா... என்னைத் தவிக்க விடாதே... எதா இருந்தாலும் பரவாயில்லே... சும்மா சொல்லு...!” ரகு கெஞ்சினான்

“ரகு... நான் சொல்றனேன்னு தப்பா நினைக்காதே... அவ உன்னை கைவிட்டுட்டாப்பா!”

அவன் கூறியதைக் கேட்ட ரகு, “ராதா” என்று அலறினான்.

“ஆமாப்பா... யாரோ ஒரு பணக்காரன்கூட அவ அடிக்கடி சுத்தறா... நானே ரெண்டு தடவை என் கண்ணால பார்த்தேன்...!”

“ஆள் எப்படி இருப்பான்?”

“இதோ...இப்படி!”

-ரகுவிடம் ஒரு போட்டோவைத் தருகிறான் ராதா. அதை வாங்கிப் பார்த்த ரகு, ‘மாணிக்கம்!’ என்கிறான். அவனுடன் இருப்பது...? ரகு குழம்புகிறான்:

“இந்த ஆளு உன்னிடம் வந்தானா?” ரகு கேட்டான்.

“இல்லே... இந்தப் படத்தை வேற ஒரு இடத்துலே... இவங்களுக்கே தெரியாம எடுத்தேன்...!” பச்சையாகப் புளுகினான் ராதா.

“ராதா... இந்தப் படத்துல இருக்கிறவன் மாணிக்கம். இந்தப் பெண், அவனோட மனைவி விஜயா... தேவகியோட சகோதரி! தேவகியும் இவளும் இரட்டைப் பிறவிகள்...!’ ரகு விளக்கினான்.

“இல்லே... அதெல்லாம் நாடகம்! அந்தப் படத்தை நல்லா பார். இவ்வளவு நகைகள், உயர்ந்த ஆடைகள், அணிந்து உதட்டுச் சாயம் பூசியிருக்கிற அந்தப் பெண், பூ வச்சிருக்காளா தலையிலே? பொட்டு வச்சிருக்காளா நெற்றியிலே? பட்டையா விபூதி பூசியிருக்காளே பார்த்தியா. கணவன் இருக்கிற ஒரு பெண் இப்படி இருப்பாளா?” புது சந்தேகத்தைக் கிளப்பினான் ராதா. ராதா அப்படிச் சொன்னதும், படத்திலிருந்த பெண்ணை உற்றுப்பார்த்தான் ரகு.

திடீர் என்று அவன் கண்கள் அகல விரிந்தன. அந்தப் பெண்ணின் வலது கன்னத்தில், காதுக்குக் கீழே இருந்த மச்சம் அவன் கண்ணில் பட்டது. தேவகிக்கு அந்த இடத்தில் அப்படி ஒரு மச்சம் உண்டு.

அதை ரகுவே பார்த்திருக்கிறான். அவனது மனம் மேலும் குழம்பியது.

தேவகி புதிதாகக்குடியேறிய வீட்டுப் பெண் சொன்னது, ராதா சொன்னது, படத்திலிருக்கும் பெண் அவ்வளவு அலங்காரம் செய்தும் பூ, பொட்டு இல்லாமல் இருந்தது, அந்த மச்சம், எல்லாமாகச் சேர்ந்து படத்தில் மாணிக்கத்துடன் இருக்கும் பெண் தேவகி தான் என் அவனை முடிவு செய்ய வைத்தது.

படத்தைப் பார்த்துக் கொண்டே இருந்த ரகுவின் கண்கள் கலங்கின.

"என்ன ரகு... பணம் ஏதாவது வச்சிருக்கியா... என் பிஸினஸ் ரொம்ப 'டல்' ஆயிடுச்சி!" என்றான் ராதா.

"இந்தா!" என்று தன்னிடமிருந்த பணத்தை எடுத்துக் கொஞ்சம் தந்த ரகு,

"படத்தை வச்சே உன் பிஸினஸை நடத்தலாம்னு நினைக்காதே.. அது ரொம்ப நாளைக்கு ஓடாது!" என்று இரண்டு பொருள்பட – அதாவது ராதாவின் பிளாக்மெயில் வேலையைக் குத்திக்காட்டி – கூறிவிட்டு வெளியேறினான்.

'ஓ... தேவகி! என்னை ஏமாற்றிவிட்டாயா?' என்று அவன் மனம் ஓலமிட்டது.

மாணிக்கத்தின் மர்ம மாளிகையில் ஒரு பகுதி. சற்று இருட்டாக இருந்த அந்த இடத்தில் ஒரு லாரி நின்று கொண்டிருந்தது. மாணிக்கத்தின் ஆட்கள் ஏதேதோ

பெட்டிகளை அந்த லாரியில் ஏற்றிக் கொண்டிருக்கிறார்கள். இந்த வேலையைப் பார்வையிட்டுக் கொண்டு நின்றான் மாணிக்கம்.

17ஆம் எண் குறிக்கப்பட்ட பெட்டியை ஒருவன் தூக்கி வந்தபோது, அவனைத் தடுத்தான் மாணிக்கம்!

“டேய்...... இந்தப் பெட்டியை இறக்கு!” -மாணிக்கம் உத்தரவிட்டதும், அந்தப் பெட்டி இறக்கப் பட்டது

பெட்டியின் அருகே சென்று பார்த்தான மாணிக்கம். பக்கவாட்டில் ‘கோல்ட்’ என்று ஆங்கிலத்தில் எழுதப்பட்டிருந்தது. பெட்டியின் மேற்பகுதியில் ஏராளமான துவாரங்கள் இருந்தன.

“இந்தப் பெட்டியைத் திறங்க!”- கர்ஜித்தான் மாணிக்கம்! ஓடிவந்த பணியாட்கள் இருவர் அந்தப் பெட்டியைத் திறந்தனர்.

பெட்டிக்குள்ளிருந்து எழுந்து நின்றாள் தேவகி.

அவளைப் பார்த்துச் சிரித்தான் மாணிக்கம்.

“நீ தங்கம்தான்! ஆனால் பெட்டியில் இருக்கக் கூடாது, என் கட்டிலில் இருக்க வேண்டும்!” என்றான்!

பிடிப்பட்டு விட்டோமே... என்ற திகிலோடு தரையைப் பார்த்தபடி பேசாமல் இருந்தாள் தேவகி.

“பொருட்களைக் கடத்தி வருவதும், கடத்திச் செல்வதும் எங்களுக்குத் தொழில். கடத்தி வரப்பட்ட பொருள் நீ! ஆனால் கடத்திச் செல்லப் பட வேண்டிய பொருள் அல்ல!” என்று கூறி செல்லமாக தேவகியின் கன்னத்தில் தட்டிய மாணிக்கம்,

வெறிபிடித்தவன் போல "நானே கடத்தல் மன்னன். என்னிடமே கடத்தலா?" என்று கத்தினான்.

அவனது சத்தத்தைக் கேட்டு, அத்தனை பேரும் வாயடைத்து நின்றனர். அமைதி, அமைதி, ஒரே அமைதி!

தன் இடுப்பிலிருந்த துப்பாக்கியை எடுத்து, வானத்தை நோக்கி ஒருமுறை சுடுகிறான் மாணிக்கம். அத்தனை பேருடைய கண்களும் அவனையே நோக்குகின்றன.

வலது கையில் துப்பாக்கியை ஏந்தி, இடது கையால் தேவகியைச் சுட்டிக் காட்டி, "இந்தப் பெண் தப்பிச் செல்வதற்கு உதவி செய்தவர்கள் மரியாதையாகக் கையைத் தூக்குங்கள்!" என்று ஆணையிட்டான் மாணிக்கம். எதிரே இருந்த கூட்டத்தினர், ஒருவர் முகத்தை ஒருவர் பார்த்துக் கொண்டு, மவுனமாக இருக்கின்றனர்.

"யாரும் எனக்கு உதவி செய்யவில்லை,தானே தான் முயன்றேன்!"

அந்த அமைதியைக் கலைத்தது தேவகியின் குரல்.

அவளைத் திரும்பிப் பார்த்த மாணிக்கம். "இதை எந்த முட்டாளிடமாவது போய்ச் சொல்!' என்று மிகவும் அலட்சியமாகக் கூறிவிட்டு, மீண்டும் தன் கூட்டத்தை நோக்கி,

"இவள் தப்புவதற்கு உதவி செய்தவர்கள் கையைத் தூக்காவிட்டால் உங்கள் எல்லோரையுமே சுட்டுக் கொல்வேன்!" என்று கத்துகிறான்.

கூட்டத்தில் சிலர் நடுங்கினர். மாணிக்கம். எதையுமே பொருட்படுத்தமாட்டான் என்றும் எத்தனை பேரைக் கொல்லவும் தயங்கமாட்டான் என்றும் அவர்களுக்குத் தெரியும்.

திடீர் என்று கூட்டத்தில் இரண்டு கைகள் மேலே உயர்ந்தன. அதைக் கண்டு, "சபாஷ்!" என்ற மாணிக்கம், "கையைத் தூக்கிய கனவான்கள் கொஞ்சம் என் முன்னால் வந்து மற்றவர்களுக்கும் உங்களது முகத்தைக் காட்டலாமே!" என்றான் எகத்தாளமாக. கூட்டத்தை விலக்கிக்கொண்டு இரண்டுபெண்கள் வந்து மாணிக்கத்தின் முன்நின்றனர்.

அடுத்த கணம் 'டுமீல் டுமீல்' என்று அந்தப் பெண்கள் மீது துப்பாக்கிக் குண்டுகள் பாய்கின்றன; அவர்கள் அலறிச் சாய்கின்றனர்.

இதைக் கண்ட தேவகி, அந்தப் பெண்களின் மீது விழுந்து அழுகிறாள். வெறிபிடித்தவள் போல எழுந்து நின்று. "ரத்த வெறி பிடித்த மிருகமா நீ?" என்று கேட்கிறாள்.

அதைக் கேட்டு பலமாகச் சிரித்தான் மாணிக்கம்!

"என்னை மட்டும் ஏன் விட்டு வைக்கிறே... என்னையும் சுடு!" மாணிக்கத்துக்கு எதிரே வந்து நின்றாள் தேவகி.

"தொட்டு ரசிக்க வேண்டிய மேனியைச் சுட்டுப் பொசுக்கலாமா?" கிண்டலாகக் கேட்கிறான் அவன்.

"உப்புத் தின்றவன் தண்ணி குடிச்சித் தான் ஆகணும்; தப்புச் செய்றவன் தண்டனை அடைஞ்சே தீரணும்!" – ஆவேசத்துடன் கூறினாள் தேவகி.

"தப்பு... தண்டனை! நான் செய்ததப்புக்களிலேயே... ரொம்ப ரொம்ப சின்னத் தப்பு இது தான்...!" என்று கூறிச்சிரித்தான் மாணிக்கம்.

"ஆண்டவன் இதை யெல்லாம் பார்த்துக்கிட்டு தானிருப்பான்...!" என்று தேவகி சொல்லவும், "டேய்... இந்தக்

கழுதைய இழுத்திட்டுப் போய் பூட்டுங்கடா!” என்று உத்தரவிட்டான் மாணிக்கம்.

உடனே இரண்டு பேர் வந்து தேவகியைத் தர தரவென்று இழுத்துப் போய் அவள் இருந்த அறைக்குள் தள்ளி வெளிப்பக்கமாகக் கதவைப் பூட்டிச் சென்றனர்.

கட்டிலில் வந்து விழுந்த தேவகி குலுங்கிக் குலுங்கி அழுதாள். ‘ரகு பாபு, ரகு...... பாபு’ என்று அரற்றிக்கொண்டே அழுதாள்.

அப்போது, அந்த அறையின் இன்னொரு வாசல் வழியாக நாலைந்து பெண்கள் தேவகியிடம் வந்தனர்.

“இதைச் சாப்பிடுங்கம்மா!”... என்றாள் ஒருத்தி, அவள் கையில் உணவு வகைகள் இருந்தன.

“இதைக் குடியுங்கம்மா!” என்றாள் இன்னொருத்தி – அவள் கையில் பாலும், பழரசமும் இருந்தது.

“இதை உடுத்திக்கிங்கம்மா....!” என்றாள் மற்றொருத்தி – அவள் கையில் பட்டாடைகள் இருந்தன. “இதைப் போட்டுக்கங்கம்மா” என்றாள் வேறொருத்தி – அவள் கையில் விலை உயர்ந்த நகைகள் இருந்தன. அவர்களை ஒவ்வொருத்தியாகப் பார்த்த, தேவகி,

“உங்ககிட்டே எல்லாமே இருக்கு – மானத்தைத் தவிர!” என்றாள்!

இதைக் கேட்டு, அந்தப் பெண்கள் தலை குனிந்தனர்.

“இப்படிப் பொழைப்பு பொழைக்கறதுக்கு வெட்கமாயில்லே?” தேவகி கேட்டாள்

அந்தப் பெண்களில் ஒருத்தி, தேவகியை நெருங்கி வந்து, அவளைக் கையெடுத்துக் கும்பிட்டாள். பின் கூறினாள்:

"எங்களை தப்பா நினைக்காதீங்கம்மா... மாணிக்கத்திடம் நாங்க ஏமாந்தவங்க. எங்கள் ஒவ்வொருவரையும் ஒவ்வொருவிதமா ஏமாற்றி இங்கே கொண்டு வந்தான். எங்கள் எல்லோரையுமே இவன் கெடுத்திட்டான். கெட்டுப்போனதுக்கு அப்புறம் வேலைக்காரிகளா ஆயிட்டோம்... இவனை எப்படியும் போலீஸ்லே பிடிச்சிக் கொடுக்கறதுக்காகத்தான் நாங்க இந்த நாய்ப் பிழைப்பைப் பிழைக்கிறோம்... எங்களோட லட்சியம் ஈடேற இன்னும் நாள் வரலே...!"

அந்தப் பெண்ணின் கண்களில் இருந்து நீர் கொட்டியது. அவள் மிகவும் உணர்ச்சிவசப்பட்டிருந்தாள். அங்கிருந்த மற்றப் பெண்களும்கூட ஏறத்தாழ அதே நிலையில் தான் இருந்தனர்.

"இங்கே இருக்கிற மர்ம வாசல்கள், கருவிகள் சுவிட்சுகள் முதலியவற்றைப் பெரும்பாலும் நாங்கள் தெரிந்து வைத்திருக்கிறோம். நமக்கு ஏதாவது ஒரு நல்ல துணை இருந்தால் நாம் தப்பிவிடலாம்!" – ஆடைகளை ஏந்தி நின்ற பெண் கூறினாள்.

அந்தப் பெண்களைத் திட்டியதற்காக வருத்தம் தெரிவித்தாள் – தேவகி. அவளது சிந்தனை சுழன்றது. இந்தப் பெண்களின் உதவியுடன் தப்புவதற்கு என்ன செய்யலாம் என்று அவள் யோசிக்கத் தொடங்கினாள்.

தனது ஓவியக் கூடத்தில் அலங்கோலமாகக் கிடந்தான் ரகு! சவரம் செய்யப்படாத முகம், எண்ணையையும், சீப்பையும் சந்திக்காத தலை, அழுக்கான ஆடைகள் – இவற்றுடன் ஒன்றுமே விரிக்காமல் வெறும் தரையில் படுத்துக் கிடந்தான் அவன்.

அழுது அழுது அவன் முகமே வீங்கிப் போயிருந்தது. தேவகி கெட்டுப் போனவள் என்று நினைப்பான் – அவன் மனதில் ஆத்திரம் பொங்கும்! அடுத்த கணமே, சேச்சே... அப்படி இருக்காது, இதில் ஏதோ சூது இருக்கிறது, என்று நினைப்பான் – அந்த ஆத்திரம் அடங்கும்.

தேவகி நல்லவளா, கெட்டவளா? – அவனால் தீர்மானிக்க முடியவில்லை.

அவள், தனக்கு துரோகம் செய்துவிட்டாளா?- இந்தக் கேள்விக்கு 'ஆம்' என்றும் அவனால் பதில்சொல்ல முடியவில்லை; 'இல்லை' என்றும் கூறமுடியவில்லை.

விழுங்கவும் முடியாமல், துப்பவும் முடியாமல் அவன் திணறிக்கொண்டிருந்தான்.

சுவரில், அவன் வரைந்து மாட்டிய படத்தைப் பார்த்தான். முன்பு அதே படத்தைப் பார்த்த போது, அந்தப் படத்தில் இருப்பது தேவகிபோலவும், அவள் தன்னைப்பார்த்தே சிரிப்பது போலவும் அவனுக்குத் தெரிந்தது.

இப்போது அதே படம் அவனுக்கு ஒரு கணம் தேவகியாகவும், அடுத்த கணம் ஒரு பூதகியாகவும் மாறி மாறித் தோற்றமளித்தது.

மாணிக்கத்தின் மர்ம மாளிகையில் ஒருதனி அறையில் அடைக்கப்பட்டிருந்த தேவகி, மனம் குழம்பிப் போயிருந்தாள். பாபு இங்கு இருந்தால், அவனை எப்படியாவது வெளியே அனுப்பி, போலீசுக்குத் தகவல் கொடுத்து, ஏதாவது ஏற்பாடு செய்யலாமே' என்று எண்ணியது அவள் மனம்.

'கிறீச்' என்ற ஓசை கேட்டுத் திரும்பினாள் தேவகி. தன் அறைக் கதவைத்தள்ளிக் கொண்டு மாணிக்கம் வருவதையும், அவன் வந்ததும் கதவு தானாகவே மூடிக் கொண்டதையும் பார்த்தாள்.

தேவகியை நெருங்கிய மாணிக்கம் அவளது தோளைத் தொட்டான். அவள் உதறிவிட்டாள்.

"தேவகி... இன்னும் அப்படியேதான் இருக்கிறாயா?" – நிதானமாகக் கேட்டான் அவன்.

அவள் பேசாமல் இருந்தாள்.

"ஏன் வீணா அடம் பிடிக்கிறே? அதனால் என்ன ஆகும்னு நினைக்கிறே? நிச்சயமா உன்னால இங்கிருந்து தப்பிப் போக முடியாது!"

அவனை அவள் நிமிர்ந்து பார்த்தாள்.

"உன்னை கட்டாயப் படுத்தி காரியத்தை முடிக்க எனக்குத் தெரியாம இல்லே, அது வேண்டான்னு பார்க்கிறேன். அவ்வளவுதான்... நீயா மனது மாறி நான் சொல்றபடி இருந்தா... இந்தக் கூட்டத்துக்கு நீதான் தலைவி: இந்த ராஜியத்துக்கு நீதான் மகாராணி.. என்ன சொல்றே?" – மீண்டும் அவள் தோளை உலுக்கினான் மாணிக்கம்

சிறிது நேரம் பேசாதிருந்த தேவகி, பிறகுமெல்லக்கூறினாள்.

"எனக்கு ஒரு மகன் இருக்கான்னு உனக்குத் தெரியுமில்லே...?"

"ஆமா... தெரியுமே பாபு! ஊட்டி கான்வெண்ட்லே இருக்கான்!"

“இப்போ நான் இருக்கிற இடம் அவனுக்குத் தெரியாது. அவனை இங்கே கூட்டிவா... அவனைச் சமாதானப் படுத்தி – அப்புறமா உன்னோட வாழறது பற்றி முடிவு செய்யலாம்!” – தன் நிலையிலிருந்து தேவகி கொஞ்சம் இறங்கி வருவதாகத் தோன்றியது மாணிக்கத்துக்கு.

“சபாஷ்! இப்போது தான் புத்திசாலி. பாபுவை நான் அனுப்புற ஆளோட வரச்சொல்லி நீயே உன்கைப்பட ஒரு லெட்டர் கொடு!” – உற்சாகமாகக் கூறினான் மாணிக்கம்.

தேவகியும், கடிதம் எழுதிக் கொடுத்தாள். அதை வாங்கிய மாணிக்கம், தன் மெய்க்காவலனை அழைத்து அந்தக் கடிதத்தை அவனிடம் தந்து, “இம்பாலாவை எடு, இப்பவே புறப்படு, இந்த லெட்டரை கொண்டு போய் ஊட்டி கான்வெண்ட்லே பாபு கிட்டே கொடு, உடனே அழைச்சிட்டு வா!” என்று அடுக்கடுக்காக உத்தரவிட்டான்.

என்ன சந்தேகப்பட்டானோ தெரியவில்லை. தேவகியின் கடிதத்தைத் தனது மெய்க்காவலனிடமிருந்து திரும்பவும் வாங்கிப் படித்தான்:

அன்புள்ள பாபுவுக்கு,

அம்மாவின் வாழ்த்துகள்! எனக்கு மிகவும் உடல்நிலை சரியில்லாமல் இருக்கிறது. உன்னைப் பார்க்கவேண்டுமென்று ஆசையாக இருக்கிறது. எனவே இந்தக் கடிதம் கொண்டு வருபவருடன் புறப்பட்டு வரவும். இரண்டு நாளில் திரும்பி விடலாம்.

அன்புள்ள அம்மா.
தேவகி.

கடிதத்தைப் படித்து முடித்த மாணிக்கத்தின் முகம் மலர்ந்தது.

“வேறு ஏதாவது எழுதியனுப்புனியோன்னு நெனைச்சேன், ஐயாம் சாரி!” என்று கூறியபடியே கடிதத்தை மெய்க்காவலனிடம் தந்தான் மாணிக்கம். மெய்க்காவலன் புறப்பட்டான். போகிறபோக்கில், ”உனக்கு ஒரு குட் நியூஸ்! ரகு விடுதலையாகி வந்துட்டான்!” என்றான். அது கேட்டு, மகிழ்ச்சியின் எல்லைக்கே சென்று விட்டாள் தேவகி! ஊட்டி கான்வென்ட்டை அடைந்து மேலாளரை சந்தித்து விஷயத்தைக் கூறினான் மாணிக்கத்தின் மெய்க்காவலன். அங்கிருந்த சிஸ்டர் ஒருவரைக் கூப்பிட்டு, பாபுவை அழைத்து வரும்படி உத்தரவிட்டார் மேலாளர்.

சிறிது நேரத்தில் பாபு, அங்கு வந்தான். தேவகி வீட்டுக்குப் பக்கத்து வீட்டில் தாம் இருப்பதாக அறிமுகப் படுத்திக்கொண்ட மெய்க்காவலன். “தம்பீ, உன் அம்மாவுக்கு உடம்புக்குச் சரியில்லே, உன்னை உடனே கூட்டி வரச் சொன்னாங்க!” – என்று கூறி தேவகியின் கடிதத்தை பாபுவிடம் தந்தான்.

கடிதத்தை வாங்கிப்படித்து முடித்த பாபு, அழ ஆரம்பித்தான். ‘அம்மா... அம்மா’ என்று சொல்லிக் கொண்டே, மேலாளரின் முகத்தைப் பார்த்தான்.

“போயிட்டு வா பாபு” என்று அவர்கூறி, தேவகியின் கடிதத்தை வாங்கி வைத்துக் கொண்டு அவனை அனுப்பி வைத்தார். கான்வென்ட் வாசலில் நின்ற இம்பாலா காரைப் பார்த்த பாபுவுக்கு வியப்பாக இருந்தது. தயக்கத்துடன் அந்தக் காரில் ஏறி அவன் பின்சீட்டில் உட்கார்ந்தான். கார் புறப்பட்டது.

ஊட்டியிலிருந்தே, படுவேகமாக வந்தது அந்தக் கார். மேட்டுப்பாளையம் வரையில் சாலையின் அந்தப்பக்கமும் இந்தப்பக்கமும் வேடிக்கை பார்த்துக்கொண்டே வந்தாலும் ‘அம்மாவுக்கு என்னவோ ஏதோ’ என்று பாபுவின் மனம் அடித்துக் கொள்ளத்தான் செய்தது.

மேட்டுப்பாளையம் நகர எல்லையைத் தாண்டி, காட்டுப் பாதைக்குள் கார் போகும்போது பாபு கேட்டான்.

"ஊரைத் தாண்டிப் போறோமே?"

காரை ஓட்டிக்கொண்டிருந்த மெய்க்காவலன், "உங்க அம்மா இப்போ ஒரு பங்களாவில் ரெஸ்ட் எடுத்துக் கொண்டிருக்காங்க... அங்கேதான் போறோம்!"- என்றான் பாபுவைத் திரும்பிப் பாராமலே.

பாபுவுக்கு குழப்பமாக இருந்தது. ஆனாலும், மேட்டுப்பாளையம் நகரை விட்டுக் கார் செல்லும் பாதைகளைக் கவனமாகப் பார்த்துக் கொண்டே வந்தான்.

திடீர் என்று காரின் வேகம் குறைந்தது. சாலையின் எதிர் திசையைப் பார்த்தான் பாபு. சாலையின் குறுக்கே செடி, கொடிகள் நிறைந்த ஒரு மலை இருந்தது. அந்த மலையைத் தாண்டிச் செல்ல முடியாது என்று அறிந்த பாபு, பக்கவாட்டில் பாதைகள் இருக்கின்றனவா என்று பார்த்தான், இல்லை.

"பாதை மாறி வந்துட்டோமா?" என்று பாபு கேட்டான்.

அவன் கேள்விக்குப் பதில் சொல்லாமலே காரை நிறுத்திய மெய்க்காவலன், காரின் ஹாரனை அழுத்தி மூன்று முறை ஒலி எழுப்பினான். உடனே அந்த மலை இரண்டாகப் பிளந்தது. கார் உள்ளே நுழைந்ததும் மீண்டும் மலை இணைந்து கொண்டது.

இதைப் பார்த்துக் கொண்டிருந்த பாபுவுக்கு பயம் ஏற்பட்டது. எல்லாம் ஒரே மர்மமாக இருப்பதாகத் தோன்றியது. பேசாமல் கலவரத்துடன் காரில் உட்கார்ந்திருந்தான்.

மாணிக்கத்தின் மர்ம மாளிகைக்குள் கார் நுழைந்து, தேவகி இருக்கும் அறையின் வாசலில் நின்றது.

பாபுவை அழைத்துக் கொண்டு தேவகியின் அறைக்குள் சென்ற மெய்க் காவலன், அவனை அங்கே விட்டுவிட்டுத் திரும்பிவிட்டான்.

கட்டிலில் சோர்வுடன் உட்கார்ந்திருந்த தேவகியைப் பார்த்ததும் ஓடிச்சென்று *"அம்மா!"* என்று கூவியவாறு கட்டிக் கொண்டான் பாபு. அவளும் அவனைச் சேர்த்து அணைத்துக் கொண்டு அழுதாள்.

அந்தச் சமயத்தில் அங்கு மாணிக்கம் வந்தான். பாபுவைப் பார்த்ததும் அவன் புன்னகைத்தான்.

"இப்பத்தான் வந்தியா தம்பி?" என்று பரிவுடன் கேட்டான்.

மாணிக்கத்தையும், அந்த மாளிகையையும் பார்க்கவே பாபுவுக்கு பயமாக இருந்தது. எனவே மாணிக்கத்தின் கேள்விக்குப் பதில் சொல்லாமல் பயத்துடன் தலையை மட்டும் ஆட்டினான்.

"வெரிகுட்!" என்ற மாணிக்கம், இரண்டு முறை கைதட்டினான். இரண்டு பணிப்பெண்கள் வந்தனர். *"பாபுவை எந்தக் குறையும் இல்லாமே கவனிக்கணும்!"* என்று உத்தரவிட்டான். பிறகு அந்த அறையை விட்டு வெளியேறி விட்டான்.

தன்னைக் கட்டிப்பிடித்தபடி பயத்துடன் உட்கார்ந்திருந்த பாபுவின் காதோடு காதாக தேவகி பேசினாள்:

"பாபு, பயப்படாதே! இப்போ நான் சொல்றதை கவனமாக் கேளு!"

தலையை ஆட்டினான் பாபு.

“இப்போ வந்துட்டுப் போனானே... இவன் மாணிக்கம். ரகு மாமா பேரைச் சொல்லி என்னை ஏமாத்தி இங்கே கொண்டுவந்து பூட்டி வச்சிருக்கான்!

“இவன் பெரிய கடத்தல்காரன், கொலைகாரன் கொள்ளைக்காரன்... என்னை இம்சைப்படுத்தி, தனக்கு மனைவியா இருக்கனும்னு சொல்றான்”.

-இதைக் கேட்டு பாபு துடித்தான். தேவகி தொடர்ந்தாள்:

“குரங்குக்கு பயந்து புலிகிட்ட மாட்டிக்கிட்ட மாதிரி, ராதாவுக்கு பயந்துவந்து இவன் கிட்ட சிக்கியிருக்கிறோம்... நீ எப்படியாவது இங்கிருந்து தப்பிப் போகணும். ரகுமாமா விடுதலையாகி வந்துட்டாராம். அவரைப் பார்த்து விஷயத்தை சொல்லணும், போலீசுக்கும் தகவல் சொல்லணும்”

“அம்மா...!’ என்றான் பாபு, மெதுவாக.

“மாணிக்கத்தோட ஆளுங்களுக்கு தெரியாம ஜாக்ரதையா போகணும், தெரிஞ்சா ஆபத்து!”

தலையை ஆட்டினான் பாபு!

தேவகியின் அறையை விட்டு வெளியே வந்த பாபு, அந்த மர்ம மாளிகையின் மற்றப் பகுதிகளையும் வேடிக்கையாகச் சுற்றிப் பார்த்துக் கொண்டிருந்தான். ஒவ்வொரு அறையும், அங்கிருந்த ஆட்களும், அங்கு நடந்த வேலைகளும் அவனுக்கு ஆச்சரியமாகவும், குழப்பமாகவும், மர்மமாகவும் தெரிந்தன.

மாணிக்கத்தின் அறைவாசலை அவன் அடைந்து, ஜன்னல் வழியாக எட்டிப்பார்த்தான். உள்ளே ஒரு கட்டிலில் மாணிக்கம் உட்கார்ந்து மது அருந்திக் கொண்டிருந்தான்.

அவன் மடியில் அரை நிர்வாணப் பெண் ஒருத்தி விழுந்து கிடந்தாள்.

மாணிக்கத்தின் அறையில் மர்மமான பல கருவிகள் இருப்பதை பாபு பார்த்தான். அப்போது. அந்த அறையிலிருந்த 'ஒயர்லெஸ்'சில் குரல் கேட்டது.

"பாஸ்! நம்ம மாளிகையை நோக்கி, சந்தேகத்துக்குரிய ஒரு போலீஸ் ஜீப் வந்து கொண்டிருக்கிறது"

இதைக் கேட்ட மாணிக்கம்; எழுந்து சென்று, அந்த 'ஒயர் லெஸ்' மூலமாகவே, "அந்த ஜீப்பின் டயரைச் சுட்டு மலையில் உருட்டுங்கடா!" என்று கர்ஜித்தான்.

பிறகு, அறையின் இன்னொரு பகுதியிலிருந்த டெலிவிஷன் போன்ற பெட்டிமுன் வந்து நின்று பார்த்தான்.

மாணிக்கத்தின் மர்மமாளிகையை நோக்கி வந்த போலீஸ் ஜீப், சுடப்பட்டு மலையில் உருண்டு விழுந்து எரிந்து நொறுங்குவது, அந்த பெட்டியில் தெரிந்தது. அதைப் பார்த்து வெற்றிச் சிரிப்பு சிரித்தான் மாணிக்கம்.

'ஒயர்லெஸில்' ஒலித்த குரலையும், அதற்கு மாணிக்கம் பதில் சொல்லி உத்தரவிட்டதையும் கேட்டு, பிறகு ஒரு ஜீப் சுட்டு உருட்டப்பட்டதையும் டெலிவிஷன் போன்ற பெட்டியில் பார்த்த பாபுவுக்கு உடல் நடுங்கியது. வேகமாகத் தேவகியின் அறைக்குத் திரும்பிவிட்டான்.

தனது ஓவியக் கூடத்துச் சுவர்களில், 'தேவகி தேவகி' என்று வரிசையாக, பித்தனைப் போல் எழுதிக் கொண்டிருந்தான் ரகு.

தனது ஸ்டுடியோவிலிருந்து ரகுவின் ஓவியக்கூடத் துக்கு வந்த ராதா, "தேவகி என்ன பெரிய பத்தினியா அவளை நெனச்சு இப்படி உருகுறே?" என்றான் கிண்டலாக. அதைக் கேட்டு

ராதாவை வெறித்துப் பார்த்தான் ரகு. "அவ பத்தினி இல்லேன்னு உனக்குத் தெரியுமா?" என்றான் சற்று கோபமாக.

"கட்டினவனைத் தவிர மற்றவனை நினைச்சாலே ஒருத்தி பத்தினியில்லே!...ஆனா கட்டினவன் போனப் புறம் தேவகி ரெண்டு பேரை...?"

ராதா முடிக்கவில்லை. 'நிறுத்து!' என்று அலறினான் ரகு.

"ஆத்திரப்படாதே... இந்தா இந்தப் படங்களைப் பார்!" – ரகுவை நோக்கி இரண்டு போட்டோக்களை எறிந்தான் ராதா.

கீழே விழுந்த போட்டோக்களை எடுத்துப் பார்த்தான் ரகு. அவனும், தேவகியும் தழுவி நிற்கும் படம் ஒன்று. மாணிக்கமும் தேவகியும் நிற்கும் படம் ஒன்று. படத்தைப் பார்த்துவிட்டு ரகு,

"இந்தப்படங்களை வெளியே காட்டி, தேவகிக்கு கெட்ட பெயர் உண்டாக்காதே ராதா;' '- என்றான்!

"அப்படீன்னா.. எனக்குப் பணம் வேணும்!"

பேரம் பேசினான் ராதா.

"பணம் தராட்டி...?" கோபத்தடன் எழுந்தான் ரகு!

"இந்தப்படத்தை நூற்றுக்கணக்கிலே பிரிண்ட் போட்டு ஊர்லே இருக்கிற சுவர்பூரா ஒட்டிடுவேன்!" – ராதா. சொல்லிமுடித்ததும் அவன் மீது பாய்ந்து தாக்கினான் ரகு. ராதாவும் எதிர்த்துத் தாக்கினான்! அவர்கள் போட்ட சண்டையில் அந்த ஓவியக்கூடமே சின்னாபின்னமாகி விட்டது. ராதாவை அடித்து வீழ்த்தி விட்டு 'தேவகி தேவகி' என்று கூவிய படியே வெறிபிடித்தவனைப் போல வெளியே

ஓடினான் ரகு! அப்போது ஓவியக் கூடத்துக்குள் பதறியபடி ஓடி வந்தாள் கீதா.

தனது கணவன் உடம்பில் தூசி தட்டிக் கொண்டு நின்றதைப் பார்த்த கீதா "என்னங்க நடந்தது?" என்றாள் பதட்டத்துடன்.

கீதாவைப் பார்த்த ராதா, "நீ எப்போ வந்தே...?" என்று கேட்டான்.

"இப்போத்தான்.. ரகு வெளியே ஓடும் போது வந்தேன்!"

கீதா இப்படிக் கூறியதும், ராதா சுதாரித்துக் கொண்டான்.

"இந்த தேவகி, எனக்காகத்தான் வீட்டை விட்டுட்டுப் போயிருக்கா. ரகுகிட்ட ஓவியக் கூடத்துக்கு வாடகை கேட்டேன். தரமுடியாதுன்னான். நாலு உதை விட்டு, 'போடா நாயே வெளியே'ன்னு அடிச்சி விரட்டினேன்!"

-என்று பொய் சொன்னான் ராதா. தன் கணவனின் பராக்கிரமத்தை எண்ணிப் பூரித்து நின்றாள் கீதா. அந்த வீடு முழுவதும் அவளுக்கே சொந்தமாகிவிட்டது போல ஒரு உணர்வு. "அத்தான்" என்று ஆசையோடு ராதா மீது சாய்ந்தாள்.

தேவகியின் அறை!

பாபுவை அழைத்து மெதுவாகப் பேசுகிறாள் தேவகி!

"பாபு, உன்னை எப்படியாவது, மாணிக்கத்தோட, டவுனுக்கு அனுப்பறேன்... நீ அவன்கூடப் போயி அவன்கிட்டே இருந்து தப்பிச்சிப் போயிடு. ரகுவுக்கும், போலீசுக்கும் தகவல் சொல்லு!" –

தேவகி கூறியதைக் கேட்டு பாபு மகிழ்ச்சி அடைந்தான். அறைக்கு வெளியே காலடியோசை கேட்டது. "பாபு... அவன்

வர்றான். நீ இந்தப் பக்கமா வெளியே போயிடு!" அவசரப்படுத்தினாள் தேவகி. அறையை விட்டு வெளியேறினான் பாபு.

அவள் எதிர்பார்த்தது போலவே; அறைக்குள் மாணிக்கம் நுழைந்தான்,

"என்ன தேவகி... எப்படி இருக்கே?"

-என்று கேட்டபடி, கட்டிலில் அவள் அருகில் உட்கார்ந்தான் மாணிக்கம். அவள் கொஞ்சம் தள்ளி உட்கார்ந்து கொண்டாள்.

இதைப்பார்த்து லேசாகச் சிரித்த மாணிக்கம் "பரவாயில்லே, என்னை கட்டிலில் உட்கார அனுமதிக்கிற அளவுக்கு உன் மனசு மாறியிருக்கு!" என்று கூறி மேலும் சிரித்தான்.

"தேவகி! நான் டவுனுக்குப் போறேன் – ஏதாவது வேணுமா?" மாணிக்கம் கேட்டான்.

சிறிது நேரம் யோசித்த தேவகி, பிறகு தயக்கத்துடன் சொன்னாள்.

"ஊட்டியிலே இருந்து வர்றப்போ, பாபு எல்லா ட்ரெஸ்சையும் அங்கேயே விட்டுட்டு வந்துட்டான்...!"

"அவனுக்கு ட்ரெஸ் வேணுமா? ஒரு ஜவுளிக் கடையையே கொண்டு வந்துடறேன்..!" – மாணிக்கம் இப்படிச் சொன்னதும் தேவகிக்கு மகிழ்ச்சியாக இருந்தது. தன் திட்டம் நிறைவேறிவிடும் என்ற நம்பிக்கை பிறந்தது.

லேசாகச் சிரித்துக்கொண்டே, "ஜவுளிக் கடை வேண்டாம்! நாலு செட் வாங்கி வாங்க அது போதும்!" என்றாள். தன்னிடம் சிக்கியதிலிருந்து தேவகி சிரிப்பதை இப்போதுதான் முதன்

முதலாகப் பார்த்தான் மாணிக்கம். அவனுக்கு மகிழ்ச்சி தாள முடியவில்லை;

“தேவகி! நீ இப்படி சிரிக்கணும்னு நான் எத்தனை நாளா காத்திருந்தேன்... பாபு வந்ததிலே இருந்து உன் மனம் மாறிவருது... இது முன்னாடியே தெரிஞ்சிருந்தா பாபுவை எப்பவோ கூட்டி வந்திருப்பேன்!” என்றான். அதைக் கேட்டு மேலும் சிரித்த தேவகி, “பாபுவையும் அழைச்சிட்டுப் போங்க.. உடம்புக்கு அளவா துணி எடுக்க வசதியா இருக்கும்!'” என்றாள்!

“சேச்சே... அவனையெல்லாம் அழைச்சிட்டுப் போகக் கூடாது. அளவென்ன அளவு... இருக்கிற அளவுலே எல்லாம் நாலு நாலு செட் எடுத்தா போகுது!” – என்று சொல்லிக் கிளம்பினான் மாணிக்கம்.

பாபுவை டவுனுக்கு அனுப்பத் தாம் போட்ட திட்டம் தோல்வி கண்டுவிட்டதே என்று வருந்தினாள் தேவகி. மாணிக்கமும், தேவகியும் பேசிக்கொண்டிருந்ததை, அந்த அறைக்கு வெளியே நின்று கேட்டுக்கொண்டிருந்த பாபு, தேவகியின் அறையிலிருந்து மாணிக்கம் வெளியேறும்போதே வேகமாக ஓடினான், ஏதோ ஒரு திட்டத்துடன்.

மர்ம மாளிகையிலிருந்து புறப்பட்ட மாணிக்கத்தின் ‘இம்பாலா’ கார், மலைப் பாதையில் வளைந்தும், நெளிந்தும் சென்றுகொண்டிருந்தது. மாணிக்கத்தின் மெய்க்காவலன், காரை ஓட்டிக்கொண்டிருந்தான். அந்தக் காரின் ‘டிக்’ கில் யாருக்கும் தெரியாமல் ஒளிந்து கொண்டிருந்தான் பாபு!

பின் சீட்டில் உட்கார்ந்திருந்த மாணிக்கம், “அந்தப்பய பாபுவை கவனிச்சிக்கிட்டுத் தானே இருக்கீங்க?” என்றான்.

“ஆமாம்...... பாஸ்! தனியாகவே ஒருத்தனை அதுக்கு நியமிச்சிருக்கேன்!’ என்றான் மெய்க்காவலன்.

“பயலைப்பார்த்தா கொஞ்சம் சுட்டிப் பயலா இருக்கான்... அவன் கிட்ட ஜாக்கிரதையா இருக்கணும்...!” – எச்சரித்தான் மாணிக்கம்.

“அவன் என்னங்க... சின்னப்பய?” – அலட்சியமாகக் கூறினான் மெய்க்காவலன்.

சிறிது தூரம் கார் சென்றது. மாணிக்கம் என்ன நினைத்தானோ. காருக்குளளேயே பொருத்தப்பட்டிருந்த வயர்லெஸ்சில், “யார்.. முத்துவா? அந்தச் சின்னப்பையன் பாபுவை... கவனமா கண்காணிக்கனும்!”- என்று உத்தரவிட்டான்.

”சரி பாஸ்!” – என்று மறுமுனையிலிருந்து பதில் வருகிறது. மேட்டுப்பாளையம் கடைவீதியில் கார் நுழைந்து ஆடம்பரமான ஒரு துணிக்கடையின் முன் நிற்கிறது. காரிலிருந்து இறங்கிய மாணிக்கம், அந்தக் கடைக்குள் நுழைகிறான். காரை ஓட்டிவந்த மெய்க்காவலன் காருக்கு முன்பகுதியில் காரில் சாய்ந்தபடியே, ரோட்டில் போய்க்கொண்டிருந்த இரு இளம்பெண்களைப் பார்த்து ரசித்துக் கொண்டிருக்கிறான்.

அந்தச் சமயத்தில் காரின் ‘டிக்’கைத் திறந்து கொண்டு மெதுவாக இறங்கி, சத்தமில்லாமல் ‘டிக்’கை மூடிவிட்டு இருளில் பதுங்கிப் பதுங்கி நடந்தான் பாபு.

இருளான பகுதிக்கு வந்து விட்ட பாபு. ரகுவைத் தேடி, தனது பழைய வீட்டை நோக்கித் தலை தெறிக்க ஓடினான். வீட்டுக்கு ஓடி வரும் வழியில் ஒரு சுவரில் தேவகி – பாபு தேவகி – பாபு என்று வரிசையாக எழுதப்பட்டிருப்பதைக் கண்டு திகைத்தான். அந்த எழுத்துக்களைத் தொடர்ந்து வேகமாக ஓடிக் கொண்டிருந்தான் பாபு.

அந்த நீண்ட சுவரின் மறு முனைக்கு சென்ற பாபு, அங்கு யாரோ சுவரில் எழுதிக் கொண்டிருப்பதைக் கண்டு, கிட்ட நெருங்கினான்.

“ரகுமாமா!’” – அவனையறியாமலேயே கூவி விட்டான்.

சுவரில் எழுதிக்கொண்டிருந்த ரகு, இந்தக் குரல் கேட்டுத் திரும்பிப்பார்த்தான்.

“பாபு!” என்று கத்தியவாறு ஓடி வந்து பாபுவை அணைத்தான்.

“மாமா..உடனே புறப்படுங்க அம்மாவுக்கு ஆபத்து!” பரபரத்தான் பாபு.

“என்ன பாபு?” பதை பதைத்தான் ரகு.

மாணிக்கத்தைப் பற்றியும், அவன் தொழில், ஆட்கள், மர்ம மாளிகை பற்றியும் ரகுவிடம் கூறிய பாபு, தாம் தப்பி வந்த விதத்தைப் பற்றியும் கூறினான்.

அதன்பின் அந்த இடத்திலிருந்து இருவரும் வேகமாக ஓடி வந்தார்கள். மாணிக்கம் காரை நிறுத்திய இடத்தை அவர்கள் அடைந்ததும். இருளில் தயங்கி நின்று அந்த ‘இம்பாலா’ காரைப் பார்த்தனர்.

காரின் பக்கவாட்டில் மாணிக்கத்தின் மெய்க்காவலன் நின்றிருந்தான். அவன் கண்ணில் படாமல் காரின் ‘டிக்’ கில் ஏறி ஒளிவது முடியாத காரியமாகப் பட்டது. ரகுவுக்கு ஒரு யோசனை – பளிச்சென்று தோன்றியது.

“பாபு... அந்த ஆளுக்கு உன்னைத் தெரியுமா?” – என்று மெதுவாகக் கேட்டான் ரகு.

“தெரியும் மாமா...! அவன்தான் என்னை ஊட்டியிலே வந்து கூப்பிட்டு வந்தவன்!”

“சபாஷ்! நீ இப்போ என்ன பண்றே. அவன் கண்ணில் தெரியும்படி கொஞ்சம் தூரத்துலே நில்லு... உன்னைப் பார்த்ததும் அவன், ‘நிற்கிறது நீதானா’ன்னு பார்க்க வருவான். அந்த நேரத்திலே நான் ‘டிக்’கிற் குள்ளே ஒளிஞ்சுக்கறேன்... அவன் கண்ணில் படாம நீ ஓடிப்போயிடு!” – ரகு கூறிய யோசனையைக் கேட்டதும் பாபுவுக்கு சந்தோஷம் பிடிபடவில்லை. ரகுவின் கையில் ஒரு முத்தமிட்டுவிட்டு இருளில் ஓடினான்.

காருக்கு எதிரே சற்று தூரத்தில் நின்று கொண்டிருந்தான் பாபு! அவன் எதிர்பார்த்து போலவே – ரோட்டில் சென்றுக்கொண்டிருந்த பெண்களை அந்தப் பக்கமும் இந்தப் பக்கமும் பார்த்துக் கொண்டு நின்று கொண்டிருந்த மெய்க்காவலன் பாபுவைப் பார்த்து விட்டான்.

தன்னை மெய்க்காவலன் பார்க்கிறான் என்பதை அறிந்து கொண்ட பாபுவும், அவனையே பார்த்தான். பாபு இருக்கும் இடத்தை நோக்கி மெதுவாக நடந்தான். அவன் தன்னை நோக்கி வருவதைப் பார்த்த பாபுவும் கொஞ்சம் பின்னால் நடந்தான். மெய்க்காவலனும் அவனைத் தொடர்ந்து சென்றான்.

இருளில் மறைந்து நின்ற ரகு, இந்தச் சமயத்தில் இம்பாலா காரை அடைந்து – ‘டிக்’ கைத் திறந்து உள்ளே படுத்து ‘டிக்’கை மூடிக்கொண்டான்.

ரகு 'டிக்’கிற்குள் ஒளிந்து கொண்டான் என்றறிந்த பாபு, வேகமாக ஓடி ஒரு சந்துக்குள் நுழைந்து மறைந்து விட்டான்.

ஏதோ ஒரு சந்தேகத்துடன் காருக்குத் திரும்பி வந்தான் மெய்க்காவலன். அப்போது, துணிக்கடைக்குள்ளிருந்து

ஐந்தாறு பார்சல்களைத் தனது இருகைகளிலும் அள்ளிக்கொண்டு காரை நோக்கி வந்தான் மாணிக்கம்.

ஓடிச் சென்று அந்த துணிப் பார்சல்களை வாங்கிக் கொண்ட மெய்க்காவலன், தயக்கத்துடன், "இந்தப் பக்கம் ஒரு பையன் போனான் அவன் நம்ம பாபு மாதிரியே இருந்தான்!" என்றான்.

அதைக் கேட்ட மாணிக்கம் சிரித்தான்.

"நம்ம ஆட்கள் அவ்வளவு ஏமாளிகளா? நம்ம கிட்ட இருந்து ஆனானப்பட்ட ஆட்களாலேயே தப்ப முடியலேன்னா... இந்தச் சின்னப்பய தப்பி விடுவானா?" என்றான் மாணிக்கம்.

"அவனை மாதிரியே இருந்தது!" என்றான் மெய்க் காவலன் மீண்டும்.

"அவனை மாதிரி வேற எவனாவது இருக்கும்!" என்றான் மாணிக்கம்!

துணிப்பார்சல்களை வைப்பதற்காக 'டிக்' கைத் திறக்கப்போனான் மெய்க்காவலன். 'டிக்' மீது அவன் கை வைத்தபோது. அவனை மாணிக்கம் அழைத்தான்.

"துணிப்பார்சல்களை பின் சீட்டில் என் பக்கத்திலேயே வை!" என்று சொல்லிக் காருக்குள் ஏறி உட்கார்ந்தான். அவனுக்குப் பக்கத்தில் பார்சல்களை அடுக்கிவைத்த மெய்க்காவலன் முன்பக்கம் வந்து ஏறி காரை ஓட்டினான்.

நகர எல்லையைத்தாண்டி மலைப்பாதையில் கார் போய்க்கொண்டிருந்தது.

"நான் பார்த்தது அந்த பாபுதான்னு எனக்கு இன்னும் சந்தேகமா இருக்கு பாஸ்?" என்றான் மெய்க் காவலன்,

“சந்தேகப்பட வேண்டியவைகளைத் தவிர மற்ற எல்லாவற்றையுமே நீ சந்தேகப்படுவே!” – என்று அலட்சியமாகக் கூறினான் மாணிக்கம்.

அப்படி அவன் சொன்னானே ஒழிய, அவனுக்கும் இப்போது கொஞ்சம் சந்தேகம் ஏற்பட்டது.

உடனே காருக்குள் இருந்த ‘ஒயர்லெஸ்’ மூலம் தன்னுடைய அந்தரங்கச் செயலாளனிடம், “பாபு அங்கே இருக்கிறானா… பார்த்துச் சொல்!” என்றான்.

சிறிது நேரத்தில், காருக்குள்ளிருந்த ‘ஒயர்லெஸி’ல் குரல் கேட்டது.

“எல்லா இடங்களிலும் தேடிப் பார்த்தோம். பாபுவைக் காணோம் பாஸ்!”

“நான் சந்தேகப்பட்டது சரியா இருக்கும் போலிருக்கே பாஸ்!” என்றான் மெய்க்காவலன்.

தனது அந்தரங்கச் செயலாளன் கூறியதைக் கேட்டதும் மாணிக்கத்துக்கு சந்தேகம் வலுத்தது.

“நான் அப்படி நம்பலே.. எதற்கும் அங்கு போய்ப் பார்க்கலாம்!” என்றான் மாணிக்கம். ஆனாலும் சந்தேகமும், குழப்பமும் அவனிடம் காணப்பட்டன.

மர்ம மாளிகையை அடைந்து, கார் நின்றது. கோபக் கனல் தெறிக்கக் கீழே இறங்கினான் மாணிக்கம்.

மாணிக்கத்தின் வரவை எதிர்பார்த்து நின்றிருந்தனர், அவனது அந்தரங்கச் செயலாளனும், மற்றவர்களும்.

“நல்லா, எல்லா இடத்திலேயும் தேடிப் பார்த்தீங்களா?” இரைந்தான் மாணிக்கம்.

“பார்த்தோம் பாஸ்... அவனைக் காணோம்!” என்றான் அந்தரங்கச் செயலாளன்.

பற்களை ‘நற நற’ என்று கடித்த மாணிக்கம் “பாபுவைக் கண்காணிச்சது யார்?” என்று கத்தினான்.

கூட்டத்திலிருந்த ஒருவன், மாணிக்கத்தின் முன் பணிவாக வந்து, “நான்தான் பாஸ்! எவ்வளவோ ஜாக்ரதையாத்தான் இருந்தேன்...!” என்றான் பரிதாபமாக. அவன் குரலும், உடலும் நடுங்கின.

“ஒரு சின்னப் பொடியன்கிட்ட ஏமாந்தியா” என்று கேட்ட மாணிக்கம், துப்பாக்கியை எடுத்தான்.

டூமில்.

அடுத்த கணம் அந்த மனிதன் சுருண்டு விழுந்தான்.

துப்பாக்கியைத் தனது பாக்கெட்டுக்குள் வைத்தபடியே, “எல்லாரும் போயி தேடுங்கடா!” என்று கத்தினான். ஒருவர் கூடப்பாக்கியில்லாமல் நாலா திசைக்கும் பறந்தனர். தேவகியின் அறைக்குச் சென்றான் மாணிக்கம்.

தன்னை நோக்கி மாணிக்கம் கோபத்துடன் வருவதை அறிந்த தேவகி, ‘பாபு தப்பிவிட்டான் போலிருக்கிறது’ என்று தனக்குத்தானே நினைத்துக்கொண்டாள். அப்படி நினைக்கும் போதே அவளுக்கு ஒரு தெம்பும், உற்சாகமும் பிறந்தது.

தேவகியை நெருங்கிய மாணிக்கம், அவளைச் சிறிது நேரம் உற்றுப் பார்த்துக் கொண்டிருந்தான். பிறகு பலமாகச்

சிரித்தான். அடுத்து. "பாபுவை எங்கே அனுப்பியிருக்கே? என்ன சொல்லி அனுப்பியிருக்கே?" என்றான் கடுமையாக.

இதைக் கேட்டு பலமாகச் சிரித்தாள் தேவகி.

"உன் கூட்டத்திலேயிருந்து அவன் தப்பிவிட்டானா... அவ்வளவு பெரிய ஆளா அவன்?" கிண்டலாகக் கேட்டாள் தேவகி.

"ஏய்! என்னைப் பத்தி உனக்குத் தெரியும்... உனக்கு உயிர் வேணுமின்னா உள்ளதைச் சொல்!" உறுமினான் மாணிக்கம்.

மீண்டும் சிரித்த தேவகி, "அந்த ஆசை என்னை விட்டு எப்போதோ போய்விட்டது மாணிக்கம்!" என்றாள் நிதானமாக.

"இப்படியெல்லாம் கேட்டா நீ சொல்ல மாட்டே!' என்று சொன்ன மாணிக்கம், பாய்ந்து சென்று இடது கையால் தேவகியின் கூந்தலைப்பிடித்து உலுக்கி, வலது கையால் அவளது கன்னத்தில் அறையப் போன சமயம்-

மாணிக்கத்தின் மீது பாய்ந்தான் ரகு!

தனியாகப் போய் கீழே விழுந்த மாணிக்கம், ரகுவைப் பார்த்ததும் திடுக்கிட்டான்.

"ஓ... திட்டம் போட்டே எல்லாம் நடக்குதா?" என்று கேட்டவாறே எழுந்தான். அவனை நோக்கி வந்தான் ரகு.

"துரோகி ... நண்பனா நடிச்சி என்னை மோசம் பண்ணிட்டியே....!" உறுமினான் ரகு!

“நான்தான் நடிக்கிறேன், அதை நம்பி நீ ஏன் மோசம் போனே? மோசம் போனது உன் தப்பு!” அலட்சியமாகக் கூறினான் மாணிக்கம்.

“அதுக்குப் பழிவாங்கத்தானே வந்திருக்கேன்!” என்றான் ரகு!

“என்ன செய்வே?”

“ஊருக்கு பெரிய மனுஷனா காட்டிக்கிட்டு, உள்ளே இவ்வளவு அக்கிரமம் செய்றதை அம்பலப்படுத்துவேன்!”

“பைத்தியக்காரத்தனம், என்னைப்பத்தி வெளியே நீ என்ன சொன்னாலும் எவனுமே நம்ப மாட்டான். கடத்தல் செய்தேன்னு என்னைப் புடிச்சாங்களே. என்னாச்சு?'”

மாணிக்கத்திடம் மேலும் நெருங்கினான் ரகு! “அப்படியே நில்!” துப்பாக்கியை ரகுவின் நெஞ்சை நோக்கி நீட்டினான் மாணிக்கம்.

திடுக்கிட்டு நின்ற ரகு, சாமர்த்தியமாக காலால் துப்பாக்கியைத் தட்டிவிட்டு மாணிக்கத்தின் மீது பாய்ந்தான். இருவரும் கட்டிப் புரண்டு சண்டை போட்டார்கள். பரபரப்படைந்த தேவகி, மாணிக்கத்தால் பழி வாங்கப்பட்ட பணிப் பெண்களிடம் ஏதோ காதோடு காதாகக் கூறினாள். அந்தப் பெண்கள் நாலா திசைகளிலும் ஓடினர். அங்கிருந்த டெலிவிஷன், ஒயர்லெஸ் ஆகியவற்றை உடைத்து நொறுக்கினாள் ஒருத்தி.

துப்பாக்கி, வெடிகுண்டு முதலிய ஆயுதங்கள் வைக்கப்பட்டிருந்த அறையை வெளிப் பக்கமாக நன்கு பூட்டினாள் மற்றொருத்தி.

மாணிக்கத்தின் அடியாட்கள் தங்கியிருந்த ஒரு மர்ம அறையை வெளிப்பக்கமாகப் பூட்டி அவர்கள் வெளியே வராமல் தடுத்தாள் இன்னொருத்தி!

தேவகியின் அறையில் மாணிக்கத்துடன் அவனது ஆட்கள் சிலரும் சேர்ந்து ரகுவோடு மோதினார்கள். அத்தனை பேருக்கும் சாமர்த்தியமாக ஈடுகொடுத்துப் போராடிக் கொண்டிருந்தான் ரகு. தேவகியும், மற்ற பணிப்பெண்களும் பத்திரமான ஒரு இடத்தில் இருந்து இந்தச் சண்டையைப் பார்த்துக் கொண்டிருந்தனர்.

மாணிக்கத்தின் மர்ம மாளிகையில் சண்டை நடந்து கொண்டிருந்த அந்தச் சமயத்தில், மாளிகையை நோக்கி மலைப் பாதையில் அதிவேகமாக மூன்று போலீஸ் லாரிகள் வந்து கொண்டிருந்தன. அந்த லாரிகளுக்கு முன்னால் ஒரு போலீஸ் ஜீப் வந்து கொண்டிருந்தது. அந்த ஜீப்பில் உட்கார்ந்து கொண்டிருந்த பாபுதான் வழி காட்டிக் கொண்டு வந்தான்.

மலைச்சாலையின் குறுக்கே அந்த மலை வழி மறித்தது. ஜீப்பும், லாரிகளும் நின்றன.

“என்ன தம்பி, இனிமே பாதை இல்லியே” என்று பாபுவிடம் கேட்டார். பக்கத்தில் உட்கார்ந்திருந்த போலீஸ் அதிகாரி.

பாபுவுக்கும் ‘திக்’ என்றாகிவிட்டது. எதிரே தெரிந்த மலையைப் பார்த்தான். பிறகு, பக்கவாட்டில் பாதை இருக்கிறதா என்று பார்த்தான். ஒன்றையும் காணோம் சிறிது நேரம் பதட்டத்தில் இருந்த பாபுவுக்கு ‘பளிச்’ என்று ஹாரன் நினைவு வந்தது. டிரைவருக்கு அருகில் நகர்ந்து அவனே மூன்று முறை ஹாரனை அடித்தான்.

அடுத்த வினாடி எதிரே இருந்த மலை இரண்டாகப் பிளந்து வழிவிட்டது. போலீஸ் ஜீப்பும், லாரிகளும் உள்ளே நுழைந்தன.

மாணிக்கத்தின் ஆட்களோடு ரகு மரணப் போராட்டம் நடத்திக் கொண்டிருந்தபோது போலீசார் அங்கு புகுந்தனர். போலீசாரும், மாணிக்கத்தின் ஆட்களும் துப்பாக்கிச் சண்டையிட்டனர். அந்தத் தரப்பிலும், இந்தத் தரப்பிலும் சிலர் பிணமாகி விழுந்தனர்.

போலீசாருடன் வந்த பாபு, தனது அம்மாவைத் தேடிக்கொண்டிருந்தான். சண்டை நடந்த இடத்திலிருந்து வெளியேறிய மாணிக்கம், தேவகி இருக்கும் இடத்தை நெருங்கினான், தேவகியைச் சுடுவதற்கு அவன் குறி வைத்ததை பாபு பார்த்து விடவே, சற்றும் தாமதிக்காமல் ஒரே பாய்ச்சலில் தேவகி மீது பாய்ந்து, அவளும் அவனும் சேர்ந்து விழுகிறார்கள். மாணிக்கத்தின் குறி தவறியது. மீண்டும் அவன் குறிவைப்பதற்குள் போலீசார் வந்து அவனைப் பிடித்து விட்டனர்.

மாணிக்கத்தையும். அவனது ஆட்களையும் கைது செய்து லாரிகளில் ஏற்றிச் சென்றனர் போலீசார். ரகுவும் தேவகியும் ஒருவரையொருவர் கட்டிப் பிடித்து ஆனந்தக்கண்ணீர்விட, அதை வேடிக்கை பார்த்துக் கொண்டு நின்றான் பாபு.

பாபு தங்களைப் பார்க்கிறான் என்று அறிந்த ரகுவும், தேவகியும் ‘டக்’ என்று விலகி நின்று நாணத்துடன் சிரித்தனர்.

பிரபல கடத்தல் மன்னன் மாணிக்கம் பிடிபட்டதும், அவன் நடத்திய தனி ராஜ்யம் அம்பலப்படுத்தப் பட்டதும் பற்றிய செய்தி நாடு முழுவதும் பரபரப்புடன் பேசப்பட்டு, பத்திரிகைகளில், பத்திபத்தியாகச் செய்திகள் வெளியிடப்பட்டன.

மாணிக்கத்தையும் அவன் கும்பலையும் பிடித்துக் கொடுத்து, கடத்தல் கூட்டத்தின் மர்ம மாளிகையைக் கண்டுபிடிக்கவும் உதவிய ரகு, தேவகி, பாபு மூவரது படங்களும் பத்திரிகைகளில் வெளியாகின.

இந்த வீரச் செயலுக்காக இந்த மூவருக்கும் பாராட்டு விழா நடத்தவும், பரிசு வழங்கவும் போலீஸ் துறை ஏற்பாடு செய்தது.

விழா நாள்!

நகரின் முக்கிய பிரமுகர்கள் எல்லாம் திரண்டிருந்தனர். போலீஸ் அதிகாரிகள் ஒருவர் கூடத் தவறாமல் வந்து கூடியிருந்தனர். ரகு, தேவகி, பாபு மூவரும் ஒரு சோபாவில் விழா மேடையில் உட்கார்ந்திருந்தனர்.

அப்போது, சற்று தூரத்தில் ராதா வந்து கொண்டிருந்தான். ரகு, தேவகி, பாபு, மூவரும் ஒரே சோபாவில் அமர்ந்திருந்ததைப் பார்க்கப்பார்க்க அவன வயிறு எரிந்தது. ‘இவர்களுக்குப் பாராட்டு நடக்கும் இந்த நேரத்தில் இவர்களை அவமானப் படுத்த வேண்டும்’ என்று திட்டமிட்டான்.

விழாத் தலைவர் வந்ததும், விழா ஆரம்பமானது. பேசிய பெரியவர்கள் எல்லாம் தேவகியின் சாதுர்யத்தையும், ரகுவின் வீரத்தையும், பாபுவின் சாமர்த்தியத்தையும் வெகுவாகப் பாராட்டிப் பேசினார்கள். இறுதியில் அரசின் சின்னம் பொறிக்கப்பட்ட மூன்று கணையாழிகள் அவர்களுக்குப் பரிசாக வழங்கப்பட்டன.

போலீஸ் துறையின் சார்பில் ஒருவர் நன்றியுரையாற்றிக் கொண்டிருந்தபோது, மேடை அருகே வந்தான் ராதா... மெதுவாக பாபுவை அழைத்தான்.

கீழே இறங்கி வந்த பாபுவிடம், தன் கையிலிருந்த இரு படங்களைக் காட்டினான். அதை வாங்கிப் பார்த்தான் பாபு.

ரகுவும், தேவகியும் தழுவிய நிலையில் ஒரு படம் – தேவகியும், மாணிக்கமும் நின்ற நிலையில் ஒரு படம்.

"உன் அம்மாவோட யோக்யதையைப் பார்த்தியா?" – என்றான் ராதா.

"இதுக்கு என்ன இப்போ?" என்றான் பாபு.

"என்னவா? இந்தப் படத்தை இப்போ... இந்தக் கூட்டத்திலே காட்டப்போறேன்.." என்று கூறிச் சிரித்த ராதா, "இதோபார் 'நெகடிவ்' களும் இருக்கு!" என்றான் விஷமமாக.

ராதா சிரித்ததைவிடப் பலமாக பாபுவும் சிரித்தான்.

அவன் சிரித்ததைப் பார்த்த ராதா பயந்து விட்டான்.

"போட்டோக்கார மாமா... விவரம் தெரியாமப் பேசறீங்களே? இந்தப் படத்தை வச்சி நீங்க எங்கம்மாவை பிளாக்மெயில் பண்ற விஷயத்தை இப்பவே போலீஸ் ஆபீசர்கிட்டே நான் சொல்லப் போறேன். நீங்க உள்ளே போகப்போறீங்க!" – என்றான் பாபு.

இதைக்கேட்ட ராதா உண்மையிலேயே பயந்து விட்டான். "சேச்சே...... நான் சும்மா சொன்னேன்!" என்று குழைந்தான்.

"அந்த 'நெகடிவ்'களை இப்படிக் கொடுங்க!" கையை நீட்டினான் பாபு.

ராதா தயங்கினான்!

“நான் நல்லபடியா கேட்டா கொடுக்க மாட்டீங்க... அவங்க வந்து உதைச்சா கொடுப்பீங்க...!” எனக் கூறிப் போலீசாரைக் கையைக் காட்டினான் பாபு!

அடுத்த கணம் நெகடிவ்களைப் பாபுவிடம் கொடுத்தான் ராதா.

நெகடிவ்களையும், படங்களையும் துண்டு துண்டாகக் கிழித்தான் பாபு. அதை ரகுவும், தேவகியும் பார்த்து ஒருவருக்கொருவர் சிரித்துக் கொண்டனர். ராதாவின் முகத்தில் அசடு வழிந்தது.

“போட்டோகார மாமா... ரொம்ப அலட்டிக்காதீங்க... ரகுதான் எனக்கு இனி அப்பா...” என்றான் பாபு. அவன் இப்படிச் சொன்னது தேவகியின் காதிலும், ரகுவின் காதிலும் விழுந்தது. ஒருவரையொருவர் உணர்ச்சிப் பெருக்குடன் பார்த்துக் கொண்டு, பாபுவையும் ராதாவையுமே, கவனித்தனர்.

“உங்கம்மா ஒரு முண்டச்சி! அவளுக்கு எப்படி கல்யாணம்?” – என்றான் ராதா எரிச்சலுடன்.

“கோடானு கோடிப் பேரால் கொண்டாடப்படுகிற நபிகள் நாயகம், கதீஜா அம்மையார் என்ற விதவையைத்தானே கல்யாணம் செய்துக்கிட்டார்?” – கம்பீரமாகக் கேட்டான் பாபு.

வாயடைத்து நின்றான் ராதா.

விழா முடிந்து ரகு, தேவகி, பாபு மூவரும் தங்களது பழைய வீட்டுக்கு வரும் போது இரவு மணி எட்டு.

வீட்டுக்குள் நுழைந்து கூடத்தில் மூவரும் வந்து அமர்ந்தனர். அவர்கள் ஒருவருக்கொருவர் ஏதும் பேசாமலே சிறிது நேரம் இருந்தனர்

‘ரகு-தேவகி’ படத்தைப் பார்த்த நினைவு பாபுவைக் குழப்பிக் கொண்டிருந்தது.

தங்களது காதல் விவகாரம் பாபுவுக்குத் தெரிந்து விட்டதே என்ற எண்ணம் ரகுவையும், தேவகியையும் குடைந்து கொண்டிருந்தது.

பாபு தன்னை ‘அப்பா’ என்று கூறியதை எண்ணி ரகு மகிழ்ச்சியடைந்ததைப் போலவே, விதவைகள் மறுமணத்தைப் பற்றி பாபு கூறியதை எண்ணி தேவகியும் மகிழ்ச்சியடைந்தாள்.

திடீர் என்று, தன் கையிலிருந்த காகிதப் பொட்டலம் ஒன்றை தேவகிக்கும், ரகுவுக்கும் இடையில் வைத்தான் பாபு. அதை எடுத்து ஆவலுடன் பிரித்தாள் தேவகி; ஆர்வத்துடன் பார்த்தான் ரகு.

கிழிக்கப்பட்ட போட்டோ. நெகடிவ் ஆகியவற்றின் துண்டுகள் அதில் இருந்தன.

உணர்ச்சிப் பெருக்கில் கண்களில் நீர் மல்க “பாபு” என்று கூவினான் ரகு!

“அப்பா!” என்ற படியே அவன் மீது சாய்ந்தான் பாபு!

பாபுவின் இந்த வார்த்தையைக் கேட்ட தேவகியும், ரகுவும் பரவசத்தில் கண்களை மூடிக்கொண்டனர். அவர்களது கண்களிலிருந்து ஆனந்தக் கண்ணீர் கொட்டியது. ரகுவையும், தேவகியையும் கையைப் பிடித்து அழைத்துக்கொண்டு பாபு நடக்க. ஒன்றும் புரியாமல் அவனுடன் நடந்தனர் ரகுவும், தேவகியும்.

சுவரில் திவாகரின் சிரித்த முகத்துடன் கூடிய பெரிய படம் இருந்தது. அந்தப் படத்துக்குப் பெரிய மாலை ஒன்று

அணிவிக்கப்பட்டிருந்தது. அந்தப் படத்தின் கீழ் வந்து மூவரும் நின்றனர். ரகுவையும், தேவகியையும் மாறி மாறிப்பார்த்தான் பாபு.

உடனே, ரகுவும், தேவகியும் திவாகரின் படத்துக்குக் கீழே தரையில் ஒன்றாக விழுந்து வணங்கினார்கள். அப்போது பலமாகக் காற்று வீசி – திவாகரின் படத்தை அசைத்தது. படத்திலிருந்த மாலை கீழே குனிந்து வணங்கிக் கொண்டிருந்த தேவகியின் கழுத்திலும், ரகுவின் கழுத்திலும் சேர்த்து விழுந்தது.

திடுக்கிட்டுத் தலை நிமிர்ந்த ரகுவும், தேவகியும் திவாகர் படத்திலிருந்த மாலை, தங்கள் கழுத்தில் கிடப்பதைக் கண்டு, திவாகரின் படத்தைக் கையெடுத்துக் கும்பிட்டனர்!

இதைப்பார்த்துக்கொண்டிருந்த பாபுவின் கண்களில் ஆனந்தக் கண்ணீர் வழிந்தது.

ரகு, பலகணியின் கதவுகளைத் திறந்தான். பன்னீர் மரம் பூத்துக் குலுங்கியிருந்தது. அந்தப் பூக்கள், ரகு குத்தி வைத்த பிளாஸ்டிக் பூக்கள் அல்ல, உண்மையான பூக்கள்!

(இன்ப முடிவு)

★ ★ ★

9 788198 414014